Bókin um Feng Shui Uppfærða Tækni.

AF756536

While every precaution has been taken in the preparation of this book, the publisher assumes no responsibility for errors or omissions, or for damages resulting from the use of the information contained herein.

BÓKIN UM FENG SHUI UPPFÆRÐA TÆKNI.

First edition. February 10, 2023.

Copyright © 2023 Edwin Pinto.

ISBN: 979-8215242513

Written by Edwin Pinto.

Upphafleg kynning

Feng Shui hefur verið stundað í austurhluta álfunnar í þúsundir ára, það er tiltölulega nýtt í vestrænum sið. Feng Shui kann að virðast dularfullt og framandi vestrænni menningu okkar, en það er í raun mjög skynsamlegt safn hugmynda.

Og aðgerðir Þegar þú hefur skilið meginreglur þess muntu geta skapað sátt, þægindi og jafnvægi í nánast hvaða aðstæðum eða umhverfi sem er.

Feng Shui bókin hefur verið búin til til að einfalda skilning hennar þannig að allir geti skilið og unnið með meginreglur hennar til að koma jafnvægi á líf sitt og rýma fyrir meiri peningum, ást, heilsu og hamingju. Sum þessara ráðlegginga munu hjálpa þér að fá þessa hluti, á meðan önnur munu gera það auðveldara að halda peningunum þínum, rómantíkinni og heilsunni þegar þú hefur fengið það í hendurnar. Þegar þú gefur orku í hina ýmsu hluta heimilisins mun líf þitt batna og þú munt byrja að laða að þér meiri gnægð og hamingju.

Byrjaðu að hugsa um jafnvægi í öllum hlutum. Til dæmis ættir þú að virkja starfsferil þinn og velgjörðarhluta þannig að þú getir verið segull fyrir útsetningu fyrir tækifærum og fólki sem mun hjálpa þér að komast áfram. Það verður auðveldara fyrir þig að bjóða þér auð þegar þú átt hamingjusamt ástarlíf. Og ef þú ert elskaður, þá er líklegra að þú haldist heilbrigður og öðlast þann auð sem fylgir þér.

Áður en þú byrjar skaltu meta gagnrýnið öll svæði heimilisins og skoða hvert og eitt herbergi bæði innan og utan hússins.

Að þekkja Kua númerið þitt mun hjálpa þér að skilja betur frumefni þitt, bestu litina þína og bestu leiðbeiningarnar þínar til að bæta líf þitt. Þetta eru allt verkfæri til að hjálpa þér að ná markmiðum þínum.

26 leyndarmál sem munu hjálpa þér að skreyta heimili þitt til að bæta heilsu þína, auka auð þinn og finna almenna sátt. "Leyndarmálin" hér eru aðeins innsýn í hvað þú getur gert til að bæta líf þitt.

Ef þú hefur heyrt um Feng Shui og ert forvitinn, teljum við að þessi litla bók muni hjálpa þér að byrja með mesta auðveldum hætti.

CHI ENERGY, SKILGREINING:

SHENG CHI Samkvæmt fornum kínverskum kenningum um alheiminn eru nokkrir mismunandi orkugjafar sem flytjast inn í og í kringum okkur. Sheng Chi orkan er góð heilbrigð, velmegandi og hamingjusöm orka. Þú átt Sheng Chi þegar þú ert jákvæður og allt gott rennur til þín. Þú getur fundið þegar það er góð Sheng Chi orka á stað. Þér líður eins og þú gætir verið þar að eilífu. Það er rúmgott og bjart. Þegar þú lifir skipulegu lífi með ferskum blómum, gróskumiklum grænum plöntum, björtu og kátu sólskini sem streymir inn í húsið þitt, þá veistu að þú hefur góða Sheng Chi orku.

SHA CHIÞegar allt í lífi þínu er að fara í ranga átt eða þú finnur fyrir óánægju og reiði, þá ertu í Sha Chi orku. Þú gætir verið að umgangast rangt fólk, búið á röngum stað eða tengst eiturörvum á vegi þínum. Þessi tegund af orku tæmir þig og gerir þig veikan. Að búa á landi með grunnvatni myndar einnig Sha orku. Eiturörvar eru horn annarra bygginga sem vísa á útidyrnar þínar eða vísa í þá átt sem þú vinnur allan daginn. Það er staður þar sem landið er uppurið og gróður er fátækur, þar sem dýrin eru veik og fólkið fátækt. Þú ert með Sha Chi þegar þú ert niðurdreginn og þunglyndur...

Útihurðin á húsinu þínu ætti að hvetja til góðs ch'i

Aðlaðandi hurð að heimili þínu eða skrifstofu mun hvetja til innkomu góðs ch'i, eða orku. Ef þú getur raðað útidyrunum þínum þannig að þær snúi í átt að heildarsátt eða mikilli velmegun, mun það hjálpa til við að færa auð, ást og hamingju. Þar sem öll orka fer inn um útidyrnar er mikilvægt að halda hlutum frá hurðinni svo hurðin geti opnast vel.

Að inngangshurðin sé ekki brotin og opnast vandræðalaust. Brotinn inngangur eða sá sem erfitt er að komast inn um er versta orkutegundin til að byrja með. Stærðin á hurðinni þinni ætti ekki að vera of stór eða of lítil miðað við stærð hússins. Ef hinn vestræni heimur hefði stundað Feng Shui frá upphafi hefðum við getað forðast mörg vandamálin sem við höfum í dag í persónulegu lífi okkar, sem og í starfi okkar eða viðskiptum.

Margar útihurðir húsa hafa sést snúa að traustum vegg strax við inngöngu. Útihurðin má ekki opnast að innan að traustum vegg innan þriggja feta frá opnu hurðinni. Það eina sem þú getur gert er að setja spegil hérna þannig að rýmið lítur út fyrir að vera stærra þegar þú kemur inn. Þetta er ekki tilvalin lausn þar sem ekki er gott að hafa spegil sem endurspeglar útihurðina, en betra er að hafa spegil hér ef plássið er of þröngt til að vera þægilegt.

FENG SHUI FER MIKLU dýpra en sú almenna trú að þetta sé góð innanhúshönnun. Það er listin og vísindin að lifa og starfa í réttu umhverfi.

Enska Shui hefur áhyggjur af flæði og hringrás lífsorku sem kallast "Chi" og er samspil Yin og Yang innan frumefnanna fimm. Feng Shui er samtenging fólks, staða og samspil orku. Alheimurinn er stórt orkusvið. Feng Shui er rannsókn á þessari orku og hvernig hún færist í gegnum alheiminn og hefur áhrif á okkur beint og óbeint. Nútímavísindi rafeðlisfræði eru farin að átta sig á samspili rafsegulorku milli jarðar og manna. Þessar rafsegulorku eru Chi-línurnar sem liggja í gegnum æðar jarðar og skapa þannig orku fyrir jörðina og fólkið sem á henni býr.

STÆRÐ INNGANGSINS ÆTTI að vera í góðu jafnvægi við húsið, ekki of lítil eða of stór í hlutfalli við restina af húsinu. Of þröng hurð kæfir flæði góðs ch'i inn í húsið og þú þarft að eyða meiri tíma, peningum og orku til að ná markmiðum þínum ef þú býrð í húsi með litlum hurð.

ÚTIDYRNAR ERU BREIÐAR og ganga inn á gang sem opnast inn í önnur herbergi í húsinu.

Forsalurinn virkar sem biðminni til að hægja á sér

Orkan sem flæðir hratt þegar hún kemur inn á heimili þitt. Útihurðin ætti aldrei að opnast beint inn í stofu án þess að einhvers konar dempara til að draga úr orku. Ef þú hefur ekkert val skaltu setja aðlaðandi þrífaldan skjá nokkrum fetum frá innganginum með heilbrigðri, grænni plöntu fyrir framan skjáinn. T skjárinn hægir á góðu ch'i orkunni svo hún geti flætt vel um skjáinn.

Það fyrsta sem þú eða gestir sjá þegar þú kemur inn á heimilið þitt skapar stemninguna fyrir restina af dvölinni.

Það ætti ekki að leyfa drasli að safnast upp neins staðar, en inngangurinn er sérstaklega slæmur staður fyrir drasl. Fólk hefur tilhneigingu til að setja hluti á hurðina sem áminningu um að losa sig við hluti með góðum ásetningi til að taka þá í burtu. En þú hefur jafnvel áttað þig á því að þú skilur það eftir þar, því þú ert að flýta þér og þú munt gera það síðar. Seinna verður það dögum seinna. Þetta er slæmt fyrir undirmeðvitundina. Það er þarna þegar þú kemur aftur heim og vegna áhlaupsins er það enn þar. Ef þú vilt hafa gott Feng Shui á heimili þínu ætti að koma með þessa hluti vera efst á forgangslistanum þínum.

Þegar þú horfir út um útidyrnar þínar ættirðu ekki að horfa upp á hæð og hurðin sjálf ætti ekki að vera falin af runnum.

Það er ekki góð staða ef það eru hindranir fyrir framan dyrnar, svo sem bratta brekku, önnur stærri bygging eða hvers kyns of stór eða risastór mannvirki.

Inngangur að húsinu ætti að vera vel upplýstur og loftræstur. Besta form fyrir hurð er sporöskjulaga eða ferningur efst. Hurðir úr gegnheilum við eru betri en glerhurðir.

Inngangurinn ætti ekki að hafa skörp horn frá öðrum byggingum sem vísa í átt að hurðinni. þú getur sett

Endurspeglað PaKua til að afvegaleiða hluta af neikvæðri orku sem kemur inn á heimili þitt.

Þú getur líka hengt vindklukkur úr tré eða málmi til að draga úr orkunni. Mundu að bjöllurnar verða að vera holar til að skila árangri og PaKua verður að vera utan á húsinu. Það er óheppilegt að hafa endurspeglað PaKua á heimili þínu.

Björt litaðar hurðir eru mjög aðlaðandi og gefa tóninn fyrir heildarsamræmi innan hússins. Óháð litnum sem þú velur ætti hann að gefa góða andstæðu við litinn á restinni af húsinu. Rauður er góður litur fyrir hurð, en aðeins ef það er litur sem passar við þína

Almenn sátt eða mikil velmegun. Liturinn ætti líka að vera í samræmi við helstu liti hússins.

Rauða litinn er hægt að nota ef þú ert einstaklingur frá Austur-, Suður- eða Suðvesturlandi. Grænn eða blár er frábær litur ef þú ert austurlenskur. Gull er gagnlegt og góður hurðarlitur ef þú ert vestræn manneskja. Allir litir gefa góða ch'i orku og eru aðlaðandi fyrir hvaða inngang. Litir eru útskýrðir síðar í bókinni.

Í Feng Shui er bæði fólki og heimilum skipt í AUSTUR- og VESTUR-hópa. Þú getur ákvarðað hvort húsið þitt sé gott fyrir þig þegar þú hefur staðfest hvort þú ert austur eða vestur hópur. Ef þú býrð í réttu húsi fyrir hinn hópinn gætirðu aldrei orðið ríkur í því húsi. Hins vegar geturðu lagað húsgögnin til að bæta lífskjör þín. Það eru fjögur góð heimilisföng og fjögur slæm heimilisföng fyrir hvern hóp. Ef þú ert manneskja frá austri, eru fjórar áttir vesturs slæmar og ef þú ert manneskja frá vestri, eru fjórar áttir til austurs slæmar fyrir þig.

Ef þú ert AUSTUR maður eru góðar áttir þínar norður, austur, suðaustur og suður. Ef þú ert í VESTRI, eru bestu áttirnar þínar Vestur, Norðvestur, Norðaustur og Suðvestur.

Og þegar þú hefur ákveðið hvaða hóp þú tilheyrir, geturðu stundum breytt heimilisfangi hússins með því að fara inn í aðra hurð sem leiðir að einu af fjórum góðu heimilisföngunum þínum.

Mikið af fallegum, litríkum blómum og gróskumiklum runnum bæta einnig tilfinningu fyrir sátt.

OG ÞÆR ERU MIKLAR ENDURBÆTUR fyrir færslu. Þó að margar gangstéttir leiði beint að hurðinni er hagstæðara ef gangstéttin sveigir eða vindur í átt að hurðinni. Ef gangbrautin þín liggur beint að hurðinni þinni, ættir þú að reyna að breyta henni í feril eða þann sem liggur til hliðar til að dreifa beinni orku sem streymir að hurðinni.

Klukkur eru góð tæki fyrir gagnlega orku þegar þeir eru settir við hlið fram- og afturhurðanna. Klukkur ættu að vera holar og nógu stórar til að þær gefi frá sér ánægjulega lag af ánægjulegum hljóðum þegar þeir eru spilaðir. Samhliða samhljómi og takti er laglína einn af þremur grunnþáttum tónlistar. Að hafa afslappandi hljóð í umhverfi þínu er önnur leið til að laða að sátt og peninga.

Og talandi um hljóð, þá er mjúk tónlist á heimilinu mikilvæg til að auka orku, sem gerir það auðveldara að framleiða gott verk sem gefur meiri peninga.

Inngangur útidyrahurðar ætti aldrei að leiða beint inn í bakdyr eða stóran glugga. Öll heppni þín og fjármál munu streyma í gegnum húsið og út um bakdyrnar eða gluggann. Þetta er versta orkan af öllu til að tapa peningunum sem þú hefur unnið þér inn. Ef þú ert með þetta vandamál skaltu laga það strax. Ef þú býrð á stað með þetta vandamál geturðu sett stóran skjá nokkuð frá útihurðinni þannig að hann hylji útsýnið að bakdyrunum og sett stóra plöntu fyrir framan skjáinn.

Í dag búa margir í skýjakljúfum í borginni. Íbúð og íbúð bjóða upp á mismunandi áskoranir. Ef þú býrð í fjölbýlishúsi skaltu aldrei búa við enda á löngum gangi eða á móti lyftu eða stigagangi. Allur fjárhagur þinn mun fljúga niður í gegnum hraðvirka orku stigagangsins, lyftunnar eða langa gangsins. Ef mögulegt er skaltu setja plöntu við innganginn á ganginum til að draga úr orkunni sem flæðir hratt.

Ef þú býrð í fjölbýli er hægt að nota grænar plöntur og fersk blóm til að koma náttúrunni inn á heimilið. Fersk blóm flutt inn vikulega hjálpa til við að halda orkustigi þínu hátt.

Finndu jafnvægið í stofunni þinni

Eins og getið er hér að ofan ætti kjörinn inngangur að stofunni þinni að opnast frá ganginum. Þegar útidyr opnast beint inn í stofu þarf dempara

Orka frá innganginum að heimili þínu.

ÞÚ ÆTTIR AÐ VELJA LITI fyrir stofuna þína sem eru gagnlegir fyrir Kua númerið þitt og stefnu eða sem henta þínum heildarsamræmi. Ég gerði nýlega Feng Shui fyrir vestræna konu sem átti grænan sófa og ástarstól á heimili sínu. Ef hún hefði lesið þessa bók eða ráðfært sig við mig áður en hún keypti sófann hefði hún vitað að grænn er versti liturinn fyrir hana. Öll stofan hans var græn. Hann fór strax út og keypti gullhlífar og sá bata í lífi sínu skömmu síðar. Viðskipti hans batnaði gríðarlega.

Settu grænar plöntur í kringum herbergið, en jafnvægiðu þær með öðrum hlutum. Húsgögnin þín ættu að vera rúmgóð, snyrtileg og gleðja augað. Málverkin ættu að vera hlý og velkomin. Aldrei hafa kaktusa heima hjá þér.

Kaktusinn er versta tegund af plöntu sem þú getur haft á heimili þínu. Þeir eru mjög óheppnir. Reyndu að hafa fallegan vönd af ferskum blómum nálægt inngangi hússins. Fólki líður strax vel þegar það sér fersk blóm. Þetta er ástæðan fyrir því að þú sérð alltaf fersk blóm á veitingastöðum eða anddyri hótela.

Stofan á að vera fersk og gefa tilfinningu fyrir að vera búið. Margar fjölskyldur eru með fjölskylduherbergi sem þær nota í stað stofunnar og panta stofuna fyrir sérstök tækifæri. Ónotuð herbergi á heimili þínu safna stöðnuðu orku og draga úr jafnvægi á heimilinu.

Búðu í þessu herbergi! Þannig fékk það nafnið sitt!

Eldstæði, óháð því herbergi þar sem þeir eru staðsettir, ættu aldrei að vera óhuldir. Skjár eða gler ætti að hylja opið. Opnir eldstæði leka góða ch'i orku og taka alla peningana þína.

MEGI HERBERGIÐ ÞITT VERA HINUM, FULLT AF FRIÐI OG RÖGJU.

Svefnherbergið okkar hefur áhrif á hvernig þú sefur og þetta er mjög mikilvægur þáttur í því að vera heilbrigð, hamingjusöm og safna auði. Það er enginn einn þáttur sem þarf að huga að þegar þú skipuleggur líf þitt af gnægð; Allt verður að taka með í reikninginn, líka hvernig það er staðsett.

Rúmið okkar ætti að vera hreint, þægilegt og orkan ætti að flæða vel um herbergið. Þú mátt ekki hafa neitt undir rúminu, svo orkan geti farið rétt í hring.

Svefnherbergið ætti að vera málað í mjúkum lit sem hentar orku þinni svo þú hvílir í friði.

Svefnherbergi ætti aldrei að vera rautt. Rauður er orkugefandi litur og þú færð ekki næga hvíld ef þú sefur í rauðu herbergi. Ferskt loft ætti alltaf að streyma í gegnum svefnherbergið þitt og restina af húsinu líka.

Ef þú býrð í fjölbýlishúsi eins og ég og þú færð ekki mikla dreifingu skaltu kaupa litla Vornado gólfviftu og setja hana nálægt glugga. Ég mæli með Vornado aðdáandanum því hann er sá eini sem

MÉR HEFUR FUNDIST ÞAÐ vera rólegt og ekki of blásið.

Þetta er hljóðlátasta viftan sem ég hef fundið á markaðnum. Flestar aðdáendur, jafnvel á lægsta hraða, hafa tilhneigingu til að fara of hratt. Loftviftur með lágum hita eru líka góð leið til að dreifa orku. Loftviftur ættu ekki að vera beint fyrir ofan rúmið.

Í svefnherberginu okkar ætti aldrei að vera spegill sem snýr að rúminu þar sem það truflar rólegan svefn. Spegla ætti ekki að vera fyrir aftan rúmið þitt, við fótinn eða við hliðina á rúminu. Það er forn kínversk trú að andi þinn yfirgefi líkamann og rísi upp þegar þú byrjar að sofa, en sé hræddur þegar hann sér sjálfan sig í spegli. Það fer svo fljótt aftur inn í líkamann með þeim afleiðingum að þú munt aldrei ná góðum nætursvefn.

ÞITT HERBERGI TIL AÐ SVEFNA

Kínverjar telja að hvítt teppi sé óhollt vegna þess að það er liturinn á líkklæðinu sem hylur hina látnu. Fætur sem snúa að hurðinni eru líka taldir óhollir, því þannig eru lík fjarlægð úr herbergi. Það er orðatiltæki í Feng Shui að þegar þú sefur með fæturna snúna að dyrunum, þá verður þú aldrei heima. Þú munt komast að því að þú munt vilja vera á ferðinni

Rúmið er eitt það mikilvægasta og þarf að skipta um það í hvert skipti

Við eftirfarandi skilyrði fyrir þá fersku orku sem ný dýna færir:

• EF ÞÚ HEFUR HAFT RÚMIÐ þitt í langan tíma, kannski fimm ár eða lengur, ættir þú að skipta um það.

• Ef þú ert með rúm þar sem annað fólk svaf á undan þér

• Ef þú eða maki þinn hefur verið alvarlega veikur ætti að skipta um rúm fyrir nýtt.

Alltaf og aldrei slaka á þegar þú ert heima. Þú verður stöðugt á ferðinni.

Loftbjálkarnir í svefnherbergi eru frekar óhollir þar sem þeir trufla flæði ch'i. Þeir ættu að forðast í öllum herbergjum en sérstaklega í svefnherberginu. Geymið þær þaknar ef þær eru opnar. Þeir

Lokaðu fyrir flæðið þannig að orkan geti streymt. Þeir valda líka fjárhagsvandræðum. Veggpinnar í hornum herbergisins hafa sömu áhrif. Grænar plöntur sem eru settar til hliðar við veggtappana hjálpa til við að sveigja eitthvað af neikvæðu orkunni, eins og vindur hengdur úr loftinu fyrir framan pinnann.

HELSTU LEIÐBEININGAR TIL AÐ SVAFA Á ANDLITIÐ MEÐ KUA NÚMERIÐ ÞITT

KUA NUMMER 1 NORÐUR SUÐUR AUSTUR Suðaustur

KUA NUMMER tveir SUÐVESTUR NORÐAUSTA VESTUR NORÐVESTUR

KUA NUMMER 3 AUSTUR SUÐUR NORÐUR Suðaustur

KUA NUMMER 4 Suðaustur NORÐUR AUSTUR SUÐUR

KUA NUMMER 6 NORÐVESTUR SUÐVESTUR VESTUR NORÐAUSTA

KUA NUMMER 7 VESTUR NORÐAUSTA SUÐVESTUR NORÐVESTUR

KUA NUMMER 8 NORÐAUSTA SUÐVESTUR VESTUR NORÐVESTUR

KUA NUMMER 9 NORÐUR SUÐUR AUSTUR Suðaustur

RÉTT RANGT

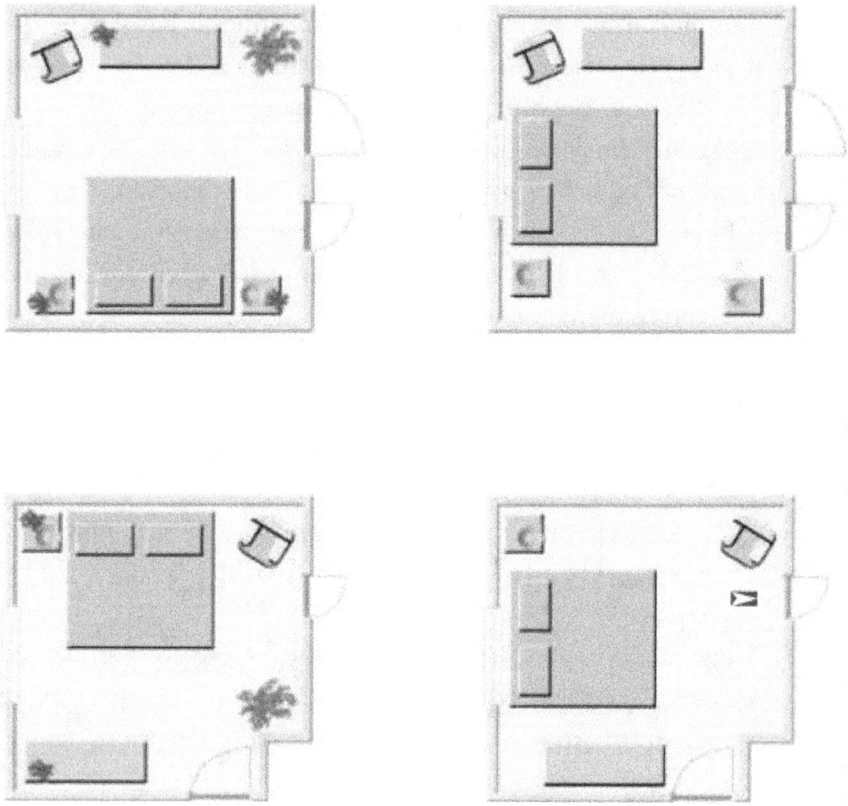

BORÐSTOFURINN, FYRIR GÓÐ PERSÓNULEGA SAMBAND

Borðstofan ætti að vera staðsett í miðju hússins til að tryggja gnægð af góðri ch'i orku. Matur er mikilvægur til að halda þér heilbrigðum og hamingjusömum.

Hringlaga, sporöskjulaga og átthyrnd borð eru betri en ferhyrnd eða ferhyrnd þar sem engar skarpar brúnir skilja fólk að. Ef þú ert með ferhyrnt borð skaltu reyna að fá þér eitt með ávölum hornum.

Borðstofan ætti að vera vel upplýst, málverk á veggnum sem eru róandi fyrir augað og róandi fyrir taugarnar.

Að borða á rólegum stað eða með mjúkri tónlist er mjög gott til að melta mat.

Kristalljósakróna sett á borðið tryggir glitrandi ch'i orku.

Það var tími þegar allir notuðu gler í ljósakrónur, en með tímanum hefur gleri oft verið skipt út fyrir önnur efni eins og plast. Þeir eru einskis virði núna frá feng shui sjónarhorni, nema auðvitað að þeir séu kristal.

BORÐSTOFAN ER EINN besti staðurinn fyrir stóran spegil. Þetta "tvöfaldar" matinn (gnægð) og tryggir gott ch'i. Hins vegar ætti aldrei að setja spegla á þann hátt að það skeri höfuðið af þér eða gestum þínum. Spegillinn á að hylja einn vegg í borðstofunni og forðast skal speglaða ferninga.

ELDHÚÐIÐ ER ÞAR sem gnægð og heilsa verður til.

Eldhúsið er eitt verðmætasta herbergi heimilisins samkvæmt Feng Shui. Maturinn sem hér er útbúinn gefur til kynna lífsgæði sem maður lifir og endurspeglar vel auð. Og þetta byrjar allt með eldavélinni!

Kínverjar telja að eldhúsið og staðsetning eldavélarinnar séu nauðsynleg til að safna auði.

Staðsetning eldavélarinnar í eldhúsinu getur vakið mikla lukku fyrir eigendur, tryggt auð og gnægð. Eldavélin getur einnig tryggt eigendum háttsettan sess í viðskiptalífinu.

Ef þú ert ekki nógu heppinn í lífinu er eitt af því fyrsta sem þarf að athuga eldavélina þína og staðsetningu hans.

Halda þarf eldavélinni og ofninum hreinum, með öllum brennurum í gangi hverju sinni. Ef eitthvað bilar eða bilar, vertu viss um að laga það um leið og þú tekur eftir því að það virkar ekki.

Eldhúshurðin ætti ekki að snúa að fram- eða bakdyrum; annars rennur heppnin þín í gegnum þessi hlið. Eldavélin ætti heldur ekki að snúa að afturhurðinni, af sömu ástæðu.

Eldhúsið er annar eldþáttur og því ætti að forðast rautt á þessu svæði hússins. Ef þú ert með of mikið af rauðu í eldhúsinu þínu er líklegra að þú kviknar á heimilinu.

Ekkert ætti að vera hærra en höfuðið heima hjá þér, sérstaklega í eldhúsinu. Þér ætti að líða vel þegar þú ert að undirbúa mat. Ég sé potta og pönnur hanga fyrir ofan eldavélina eða í miðju eldhúsinu á mörgum heimilum, en þetta er ekki tilviljunarkennd staðsetning.

Baðherbergin, MIKILVÆGT ER AÐ HAFA ÞAU HREIN OG SKIPULAGÐ.

Fólk í Bandaríkjunum skilur ekki mikilvægi þess að hafa baðherbergishurðina lokaða og salernislokið niðri. Evrópubúar og Asíubúar eiga ekki í neinum vandræðum með að hafa baðherbergisdyrnar lokaðar. Hvort sem er á heimili þínu, skrifstofu eða fyrirtæki, þetta er einn mikilvægasti þátturinn til að eiga og viðhalda auði.

Kínverjar halda að þú eyðir auði þínum ef þú heldur ekki baðherbergishurðinni lokaðri og salernislokinu niðri. Baðherbergið er vatnsþáttur, þannig að litirnir bláir og grænir eru góðir til að setja það þar. Baðherbergið ætti aldrei að hafa rautt, þar sem orka elds stangast á við frumefni vatns.

BAÐHERBERGIÐ ÆTTI ALDREI að vera í auðahluta hússins (suðausturhluta). Ég stundaði einu sinni Feng Shui fyrir konu í Suður-Kaliforníu. Þegar eiginmaður hennar gerði upp húsið þeirra bætti hann við auka baðherbergi í auðlegðarhlutanum. Stuttu eftir endurgerðina varð það gjaldþrota. Hún sagði mér að hún hefði dáið stuttu síðar úr áfallinu því hún þoldi ekki að vera í þeirri stöðu.

ÞAÐ ER MJÖG MIKILVÆGT að hafa baðherbergishurðina alltaf lokaða, en sérstaklega ef þú ert með baðherbergi við hliðina á svefnherberginu þínu. Ef það er engin hurð, bara hurð, feldu hurðina með fortjaldi eða skjá. Mörg nútíma hús eru gerð án baðherbergishurða.

- Skipta ætti um blöndunartæki sem leka strax vegna þess að þeir tæma hægt fjárhaginn.

- HÖFUÐ RÚMSINS ÞÍNS ætti ekki að setja á baðherbergisvegginn þar sem það er heilsuspillandi.

HEIMLASKRIFTAN, RÚM TIL AÐ VINNA.

Hvort sem þú vinnur heima eða á skrifstofu skaltu aldrei sitja með bakið að dyrum og reyna að horfast í augu við vegg.

Að horfast í augu við vegg getur látið það virðast eins og þú munt aldrei halda áfram, þar sem framfarir þínar eru læstar. Ef þú stendur frammi fyrir vegg og það er ómögulegt að endurraða skrifborðinu þínu, mun spegill sem er settur á vegginn fyrir framan þig hjálpa að einhverju leyti til að bæta úr ástandinu.

Margar skrifstofur í dag eru með klefa þar sem fólk er troðið saman. Ef þetta er raunin og þú verður að sitja með bakið að hurðinni mun lítill spegill á veggnum fyrir framan þig leyfa þér að sjá fólk.

Að nálgast aftan frá. Þú munt komast að því að þessi litla aðlögun mun auka þinn

Þægindastig. Það stuðlar ekki að góðri ch'i orku að vinna með bakið að dyrum annarra. Ef þú ert með bakið að dyrum til annars fólks, ertu að opna þig til að verða stunginn í bakið.

Bakið okkar ætti heldur ekki að snúa að glugga þar sem þú munt ekki hafa þann stuðning sem þú þarft. Ef það er ekki hægt, hafðu gluggann þakinn gardínum eða gardínum og settu stóra græna plöntu við eða fyrir framan gluggann. Þú getur líka notað skjá í sama tilgangi.

Aldrei sitja beint fyrir framan skrifstofudyrnar þínar. Reyndu að sitja í horninu svo þú hafir gott útsýni yfir hurðina, en ekki beint fyrir framan hana.

Hvort sem þú vinnur að heiman eða fjarri skrifstofunni, reyndu alltaf að sitja frammi fyrir þinni miklu velmegunarstefnu. Ef það er ekki mögulegt skaltu sitja andspænis einni af þremur öðrum góðum áttum þínum, helst almennri sáttarstefnu þinni.

Settu hluti, eins og hnött, í réttar áttir á skrifstofunni þinni eins og þú myndir gera heima. Ef þú vinnur að heiman ætti að virkja skrifstofurýmið með táknum til að auka orkuflæði peninga.

Hærri geislar á lofti torvelda sambönd og heilsu.

Efri bjálkar á loftum ættu ekki að vera útsettir í neinum hluta hússins. Þeir munu stöðva flæði góðrar ch'i orku. Þegar þeir verða afhjúpaðir á heimili koma þeir með tilfinningu fyrir kúgun og geta stöðvað flæði peninga og auðsöfnun.

Þegar geislar eru í rúminu sem þú sefur í eða situr í í vinnunni geta þeir valdið heilsufarsvandamálum, óheppni og viðskiptavandamálum. Að sofa undir berum geisla getur valdið alvarlegum veikindum.

Ef skrifborðið þitt er beint undir sýnilegum geisla, munt þú eiga erfitt með að ná fullum möguleikum þínum í viðskiptaheiminum. Aldrei var ætlað að hafa sýnilega bjálka í loftunum. Besta loftið ætti að vera með sléttu yfirborði og, ef mögulegt er, með ávölum hornbrúnum.

Lóðréttir bjöllur sem standa út úr hornum geta valdið vandræðum í hvaða hluta sem þeir eru staðsettir. Til dæmis geta geislar í horni hjónabandsins ýtt undir átök og skilnað, í auðshorninu valda þeir peningatapi og í horni þekkingar skorti menntun fyrir þig eða börnin þín.

Ef þú ert með svona stóra bjálka (ferkantaða súlur) setta í hornin geturðu dulbúið brúnirnar með því að setja plöntur fyrir þá. Hægt er að hylja hliðar geislans með speglum (nema í svefnherberginu), og blómin munu einnig hjálpa orkuflæðinu.

Einnig er hægt að setja holur vindklukkur frá loftinu nálægt geislanum og það mun hjálpa orkuflæðinu í gegnum geislann. Þau eru ekki eins áhrifarík og plöntur eða speglar, en ef þú getur ekki gert neitt annað geturðu notað blábjöllur.

Skiptu um eða lagfærðu brotna hluti og ekki safna dóti sem virkar ekki.

Allt í húsinu þínu verður að vera í góðu lagi. Ef þú ert með bilaðan stól skaltu skipta um eða gera við hann strax. Ef þú ert með franskar í sumum réttunum þínum, losaðu þig við þá.

Það er ekki gott feng shui að hafa flísað leirtau, eða eitthvað í eldhúsinu sem virkar ekki. Skiptu um allt á heimilinu sem virkar ekki sem skyldi, sérstaklega útbrunnnar ljósaperur, lekandi vaskar og brotnar eða sprungnar rúður og hurðir. Allt verður að vera í góðu lagi, annars munu auðlindir þínar tæmast.

Tölvan sem þú vinnur við á hverjum degi ætti ekki að vera með vír í gangi í allar áttir. Notaðu stóra kapaltrekt til að setja allar litlu snúrurnar í

Til að láta þá líta snyrtilega og snyrtilega út.

ANNAR MIKILVÆGUR ÞÁTTUR í því að stuðla að góðu Feng Shui er að forðast offjölgun. Þegar þú ert með of mikið "dót" í kringum þig, flæðir orkan ekki auðveldlega. Það er betra að hafa minna í herbergi svo að ch'i geti hreyft sig þægilega. Þú ættir að vera afslappaður og öruggur í hverju herbergi hússins.

Talandi um hvert herbergi í húsinu, þá ætti að nota hvert herbergi á heimilinu þínu. Ég hef gert Feng Shui ráðgjöf um risastór hús þar sem mikið af húsinu er ekki notað. Maður finnur þegar herbergin eru ekki notuð. Þau innihalda dauða orku. Mikilvægt er að nýta öll herbergin þannig að orkan berist til allra hluta hússins. Ef herbergi inniheldur dauða orku hefur það slæm áhrif á restina af húsinu og getur valdið veikindum hjá fólkinu sem þar býr.

Dýr og feng shui ná mjög vel saman.

Gæludýraunnendur munu vera ánægðir að vita að það er gott fyrir Feng Shui að hafa gæludýr á heimilinu. Gæludýr hreyfa sig og hjálpa til við að dreifa orku.

En vinsamlegast ekki eiga gæludýr ef þér líkar ekki við þau eða getur ekki séð um þau almennilega.

Það mun framleiða neikvæða orku ef þú átt gæludýr og gefur þér ekki tíma til að meðhöndla þau almennilega.

Ef þú býrð einn geta gæludýr haldið þér félagsskap og hjálpað þér að vera ekki einn eða vera einmana. Sýnt hefur verið fram á að gæludýr halda fólki heilbrigt vegna félagsskapar og orku sem þau veita.

HUNDAR, KETTIR, FUGLAR, gullfiskar eða hvaða lífvera sem er munu koma með góða orku inn á heimilið.

Þrífðu, skipulagðu og gerðu herbergið þitt dásamlegt að búa í.

Haltu heimili þínu og skrifstofu hreinu! Ekki vera hræddur við að henda gömlum skrám með gamalli orku. Henda þessum skrám og ný viðskipti munu koma á vegi þínum.

Henda bréfum gamalla elskhuga og þú munt finna einhvern nýjan!

Að hreinsa draslið og halda heimili þínu og skrifstofu hreinu og snyrtilegu er eitt af fyrstu skrefunum í að „virkja" þá geira sem stjórna heilsu, auði og rómantík.

Eftir að hafa hreinsað upp sóðaskapinn, þrífðu og snyrtiðu staðinn, ryksugaðu, sópa og þurrkaðu öll svæði hússins. Þetta ætti að gera að minnsta kosti einu sinni í viku.

Úthlutaðu mismunandi hornum fyrir hvern einstakling á heimili þínu til að hámarka og bæta auðhlutann þinn. Ef þú kemst að því að þú notar ekki eitthvað innan árs, losaðu þig við það. Þegar þú hefur losað þig við hluti sem þú notar ekki lengur, þá gefur þú pláss fyrir

Ný orka og tækifæri til að komast inn.

AÐ FJARLÆGJA BLITTI.

Eftir hverja úthreinsun á heimili þínu er aðferð sem kallast plásshreinsun sem þarf að framkvæma í hvert skipti með því að nota hvíta salvíu, kerti og bjöllur. Það er

Mjög mikilvæg leið til að hreinsa neikvæða orku. Ég fjarlægi neikvæða orku með hverju Feng Shui sem ég geri. Það losar sig við dauða orku og færir nýtt líf inn á heimilið.

Í fyrstu eru sumir áhyggjufullir og svolítið hræddir við þessa aðferð vegna þess að það er ekki eitthvað sem þeir kannast við. Bletthreinsun hækkar titringsstigið á stað. Ég segi fólki að þetta sé ekki „góð“ eða „slæm“ orka, það er bara kyrrstöðuorka sem þarf að dreifa til að rýma fyrir skýrari og virkari orku. Að hreinsa orkuna gerir góða ch'i kleift að koma inn svo heimili þitt sé ferskt, hreint og lifandi.

Kerti, reykelsi og ilmefni

Þeim er annt um málsmeðferðarþætti, hugsa um hvernig kaþólska kirkjan notaði reykelsi og bjöllur í guðsþjónustum til að upphefja sóknarbörn andlega, snemma bandaríska indíána sem notuðu reglulega friðarpípur og reykelsisstaf. Þeir hreinsuðu orku með því að reykja pípu og dansa við lög. Allar menningarheimar hafa notað einhvers konar rýmishreinsun.

Hugvit frá upphafi.

Heimili og skrifstofur geta notið góðs af þrifum að minnsta kosti einu sinni í mánuði. Eftir að plássið hefur verið hreinsað skaltu kveikja á hvítu kerti og láta það loga í smá stund.

Þegar ég fjarlægi orku með því að smyrja þá tek ég alla fjölskylduna með. Krakkar elska það og gæludýr vilja vera til þegar það er að gerast. Dýrin geta séð breytingar á orku og hafa mikinn áhuga á að sjá hana hreyfast. Tíminn sem það tekur að þrífa og bletta fer eftir stærð hússins.

Að tala um stærð hússins minnir mig á vin sem sagði að það væri ekki stærð húss sem gerir það gott Feng Shui. Þú getur búið í herbergi og samt haft dásamlegt Feng Shui, og búið í stórhýsi þar sem það er ekki svo frábært. En stærð hússins krefst ákveðins tíma til að hreinsa orkuna. Eftir að hafa hjálpað fólki að þrífa og endurraða húsgögnum eyði ég stundum allt að tveimur tímum í að smyrja og þrífa með bjöllum eða gongum. Þegar þú gerir Feng Shui tekur það tíma að stilla inn í geiminn. Ég mæli með að gera nokkrar djúpar öndunaræfingar þar sem það hjálpar til við að stilla inn í rýmið. Þegar þú gerir þessa aðferð er mikilvægt að þú finnir fyrir þessari tengingu við rýmið þitt. Þú verður að vera afslappaður til að ná þessu...

Byrjaðu við útidyrnar og vinnðu þig um jaðar hússins tilfinningu og skynjaðu orkuna. Þegar þú hefur gert þetta verðurðu undrandi á því hvernig þú getur fundið fyrir stöðnun eða lifandi orku í mismunandi herbergjum. Þar sem heimilið þitt þekkir þig nú þegar verður auðveldara að stilla það ef þú situr rólegur í hverju herbergi og reynir að finna fyrir orkunni. Ef þú hefur sækni í dýr eða plöntur muntu komast að því að þú hefur líka skyldleika í byggingum. Byggingar hafa orku eins og dýr eða plöntur, þú verður bara að stilla þig inn á þessa orku til að hjálpa til við að losa bælda orkuna og færa hana aftur til lífsins.

Ef húsið þitt er með fleiri en einni hæð skaltu byrja neðst í byggingunni og vinna þig upp hvert stig. Orkan staðnar alltaf í bakgrunninum. Ef þú ert með kjallara skaltu byrja að vinna í kjallaranum fyrst. Flestir eru með óreiðukennda kjallara og ef svo er skaltu fara þangað inn og þrífa. Þú verður undrandi á muninum sem þú munt finna og hvernig líf þitt mun breytast.

Vatn og plöntur laða að heilsu og góðan titring fyrir velmegun.

Vatn er mikilvægasti þátturinn til að afla tekna og viðarþátturinn er mikilvægastur til að varðveita auð þegar hann hefur verið aflað.

Vatn er lífselexír. Við getum ekki lifað lengi án þess. Það er eina efnið sem er algjörlega nauðsynlegt fyrir heilbrigðan líkama og huga. Það er líka þátturinn sem stjórnar starfsferilshlutanum. Án starfsferils okkar myndum við ekki upplifa sjálfsvirðingu og við hefðum svo sannarlega ekki peningana sem þarf til að lifa í heiminum í dag. Þeirra

Stefnan er norður. Vatnið er hægt að setja í norður- eða suðausturhluta heimilis þíns. Suðausturhlutinn er horn velmegunar. Staðsetning vatns á þessu svæði, ásamt gróskumiklum plöntu, mun vera gagnleg til að öðlast auð. Viður er frumefnið sem ræður ríkjum í suðausturlöndum og því er vatn gagnlegt fyrir viðinn.

Virkjaðu þessa tvo hluta með því að nota freyðandi uppsprettur (og vertu viss um að velja einn þar sem vatnið kúlar upp í stað þess að renna niður) eða fiskabúr. Haltu bæði hreinu, þar sem stöðnun vatns hefur sömu áhrif á fjárhagsstöðu þína.

Ef útidyrnar þínar snúa í norður, austur eða suðaustur skaltu setja lítinn gosbrunn í hurðinni hægra megin við útidyrnar. Hægra megin er gengið inn í húsið. Vinstri hliðin sem kemur inn í húsið er ekki heppileg staðsetning, en sú hægri eykur fjárhag og hjálpar til við heildarsamræmi á heimilinu.

Bjartir litir á ljósum bakgrunni laða að heilsu, líf og ást.

Kynntu þér líflega litina sem geta aukið möguleika þína (og þá sem geta líka dregið úr þeim). Þú munt finna heppna litina þína í leiðbeiningahlutanum (og á PaKua á síðu 29). Notaðu heppna litina þína fyrir húsa- og skrifstofuliti, litinn á bílnum þínum og jafnvel fatnað.

Litur er sérstaklega mikilvægur þegar hann er notaður til að koma jafnvægi á frumefnin fimm. Litur skapar sátt, sem skapar gott Feng Shui. En gæta þarf varúðar. Til dæmis er rauður sá litur sem er þekktastur fyrir að laða að hvað sem er og hann er sterkasti og kraftmesti liturinn allra. En ef það er notað á röngum stað eða ef þú ert óheppinn með sérstaka Kua númerið þitt getur það verið skaðlegt heilsu þinni. Það er alltaf hægt að nota smá rautt, eins og snertingar af rauðu hér og þar, en auðvitað ekki of mikið.

Ef liturinn þinn er gullinn geturðu notað mikið af gulli, en ekki mikið af grænu. Grænt er óhagstætt fyrir heilsuna þína, vegna þess að það er andstætt lit þínum í PaKua og heilsu. Rauður er gagnlegur fyrir þig ef liturinn þinn er gull. Þú getur blandað rauðu og gulli, en mundu að það ætti að vera staðsett í suður eða vestur, þar sem Kua talan þín er n. 2, með gullna litnum.

Vertu viss um að kynna þér PaKua, frumefni þess og bestu leiðbeiningarnar um hvaða litir eru gagnlegir fyrir þig og hverjir á að forðast.

Hlutir til að laða að heppni og gnægð í umhverfi þínu.

Kínverjar trúa á táknmynd allra hluta, þar á meðal dýra fyrir betra líf fyrir langlífi, heilsu og hamingju.

Ljónin, dádýr, fílar, skjaldbökur, hestar, froskar og þrír mikilvægu guðirnir sem eru staðsettir á heimili þínu munu tryggja jafnvægi í gnægðlífi. Við getum auðveldlega séð áhrif fortíðar í Evrópu, þar sem við sjáum verndarljón veita vernd mörgum útidyrum fyrirtækja og heimila.

ÞRÍR HEPPNIR GUÐIR eru Fuk, Luk og Sau. Ég hef aldrei verið á kínversku heimili sem ekki átti þessa þrjá guði.

Þeir ættu að vera settir í háa stöðu, eða áberandi stöðu, á heimili þínu eða skrifstofu.

Stuttu eftir að ég fékk mitt kom vinkona í heimsókn og var að skoða litlu börnin. Loks sagði hann, eftir að hafa horft á þá í langan tíma: "Þetta eru spekingarnir þrír frá Austurlöndum sem komu með gjafir þegar Jesús fæddist!" Ég hef aldrei hugsað um það þannig, en það er skynsamlegt. Þau skipta kínversku þjóðinni miklu máli.

Fuk er guð auðs og hamingju. Luk er guð mikilvægis og auðs og Sau er guð heilsu og langlífis.

Það er svo margt sem þú getur notað til að skapa meiri gnægð í lífi þínu. Björt ljós sem komið er fyrir í dimmum rýmum á heimili þínu auka möguleika þína á að græða meiri peninga, sérstaklega þegar þau eru sett í auðlegðarhlutann.

HAPPENDIR HLUTI

Kristalljósakrónur, grænar plöntur, fersk blóm, gosbrunnar, fiskabúr, vindklukkur, koparbjöllur og fullt af litum ættu að vera í hverju herbergi hússins, þar með talið eldhúsinu. Málverkin í eldhúsinu og borðstofunni ættu að vera af ávöxtum, blómum og mat.

Þungir skúlptúrar og styttur framleiða yang orku, en yin orku er hægt að virkja með skærum ljósum og hljóðum bakgrunnstónlistar og klukkna. Málverk og myndir sem tákna hamingju má setja í mismunandi herbergi fyrir róandi áhrif. Forðastu hvers kyns list sem gefur til kynna óhamingju. Settu aldrei málverk með bakinu að þér í neinu herbergi hússins. Þú munt láta fólk ganga út úr lífi þínu ef þú hefur einhverjar af þessum myndum.

Málverkin verða að vera með fleiri en einni manneskju eða dýri til að tryggja hamingju í ástarlífi þínu. Einhleypir í málverkum benda til þess að vera einir. Ef þú átt svona ramma skaltu skipta þeim út fyrir hamingjusama ramma og

Heilbrigðar myndir af fólki eða dýrum.
Skjaldbökur eru líka taldar heppnar, sem og froskar.

Gefðu gaum að heimilisfanginu.

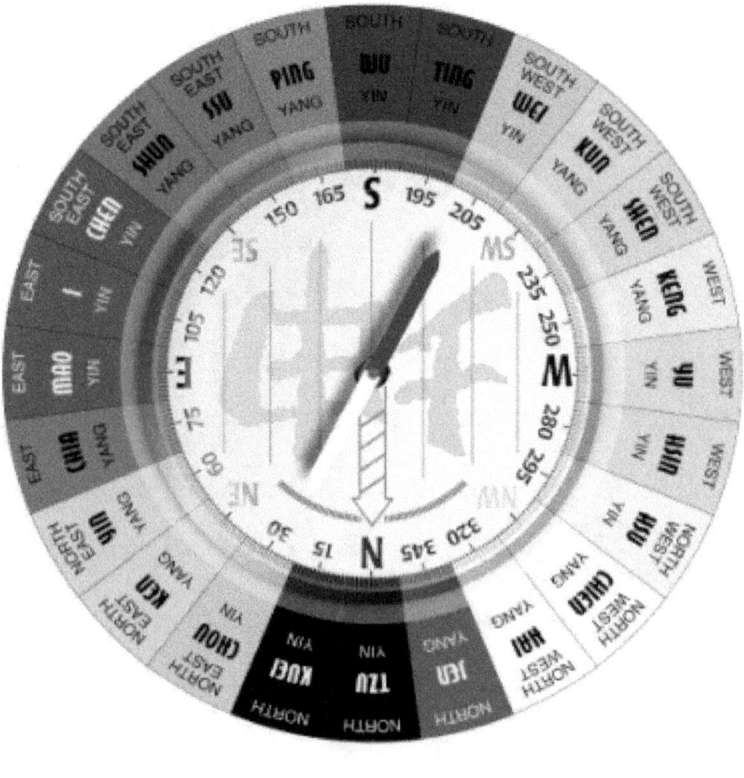

NORÐUR

Það táknar flæði orku til að vinna sér inn peninga og verður að virkja með

Blár litur og vatnsþátturinn.

NORÐURLANDIÐ ER TALIÐ kalt og rakt. Það er vetur, þegar hlutirnir eru sofandi. Vatn gefur af sér auð. Við getum ekki lifað án vatns. Við getum heldur ekki lifað án peninga í lífi okkar, þannig að þessi hluti er mjög mikilvægur fyrir bæði heilsu okkar og auð. Vatnslindir, fiskabúr og jafnvel mynd með útsýni yfir vatnið eru allar mikilvægar leiðir til að bæta hugvit þitt til að græða peninga.

Ef þú ert maður úr Austur-hópnum geturðu haft hurðina þína í norður.

Ef þú ert manneskja úr Vestur-hópnum. Norður er hægt að virkja til að koma með pening fyrir bæði fólk af austri og vestri.

Það getur verið svolítið ruglingslegt, en eftir því sem tíminn líður og þú kynnist feng shui, muntu hafa skilning á frumefninu, leiðbeiningunum og litunum. Feng shui er svo djúpt viðfangsefni að þú getur ekki skilið allt.

Upplýsingar úr hvaða bók sem er, en það er byrjun.

NORÐAUSTA

Það táknar orkuflæði til þekkingar og verður að virkja með

Gulllitur Jarðarþátturinn er fyrir norðausturhlutann. Jarðþátturinn táknar visku, heiðarleika og áreiðanleika. Að setja leir, kristalla eða bókaskáp í þessum hluta mun stuðla að uppsöfnun þekkingar. Settu mynd hér af skólanum sem þú vilt að barnið þitt fari í.

AUSTUR

Það táknar orkuflæði fyrir heilsu þína og vellíðan. Þessi þáttur stjórnar

Vor. Það er tími ársins þegar allar plöntur og hlutir á jörðinni lifna við. Sólin kemur upp úr austri. Viður er þátturinn sem hjálpar okkur að vera heilbrigð. Ef þú ert ekki með nóg af grænum plöntum eða lífverum í umhverfi þínu, muntu ekki líða á lífi. Grænar plöntur eða falleg bambusplanta sett í þessum hluta hjálpa þér að ná hamingjusömu og heilbrigðu lífi.

SUÐAUSTUR

Hluti viðarþáttarins. Þessi hluti táknar peninga- eða auðhluta heimilisins. Í þessum hluta hússins er mjög mikilvægt að setja blómlega græna plöntu, lítinn gosbrunn eða fiskabúr og rautt umslag sem inniheldur nokkra mynt. Ef þú ert maður úr Austur-hópnum gætirðu málað þennan vegg grænan.

SUÐUR

Hlutinn fyrir flæði eldorku. Við gætum ekki lifað lengi án sólarljóss.

Eldur og suður tákna sólina og hitann sem sólin skapar. Þetta er orka sem myndast yfir sumarmánuðina ársins. Bandarískir indíánar gerðu sér grein fyrir gildi elds, sem er fastur liður í athöfnum þeirra. Matreiðsla er frá orku eldsins. Það táknar eldavélina, án hans gætum við ekki borðað almennilega.

Arinn á heimili þínu er talinn hluti af orku eldsins þegar kveikt er í honum. Þessi hluti táknar orkuna sem við sendum út í heiminn og það sem við fáum í staðinn í formi frægðar, velgengni, auðs og viðurkenningar.

SUÐVESTUR

Þetta er flæði jarðar og táknar einn mikilvægasta þáttinn,

Hjónaband þitt eða samband. Allir eru að leita að góðu sambandi ef þeir hafa ekki þegar. Stundum virðist sem þetta sé erfiðast að setja saman. Litirnir sem á að setja hér eru gulir og gylltir tónar. Notaðu nokkra hluti, eins og mandarínuendur eða glersvanir. Allt kristal í þessu horni hjálpar til við að virkja rómantík þína eða ástarlíf. Mandarínendur eru með skærlitan fjaðrafjörn og kröftugt höfuð.

Ég hef gert mörg Feng Shui ráðgjöf fyrir einhleypa sem vilja samband. Þegar ég geng inn í húsin þeirra sé ég yfirleitt fullt af einstökum hlutum: einhleypa á myndum, fugl, kerti, eitt blóm o.s.frv. Hlutum verður að flokka saman í pörum til að setja grunninn fyrir gott samband.

VESTUR

Það táknar orkuflæði fyrir heilsu barna þinna, skólagöngu þeirra og lifun.

Öll vellíðan. Hér ræður málmþátturinn og liturinn hvítur sem er talinn hreinn.

Að setja kopar, kopar eða aðra málma á þessu svæði hjálpar til við að koma jafnvægi á þennan hluta. Málmur er sá þáttur sem mest þarf að vera í jafnvægi til að finna í sátt við lífið. Venus stjórnar þessu frumefni og eins og þú veist kemur of mikið eða of lítið Venus okkur úr jafnvægi. Flestar verslunarskrifstofur eru með of mikið málm og eru oft í ójafnvægi vegna þess að þær hafa ekki nóg af grænum plöntum og öðrum hlutum til að bæta upp fyrir málminn.

NORÐVESTUR

Það er líka úr málmi frumefninu. Þetta svæði er sá hluti sem stjórnar velunnurum okkar eða

Leiðbeinendur Settu málmstyttu á þessu svæði til að veita þér stuðning, eða mynd (í aðlaðandi málmramma) af einstaklingi sem getur hjálpað þér á ferlinum.

16The PaKua - Áttaviti fyrir líf þitt

PaKua er áttavitinn fyrir líf þitt

Í PaKua eru átta hliða átthyrningurinn, áttir, litir, þættir og allt sem hefur áhrif á einstakling.

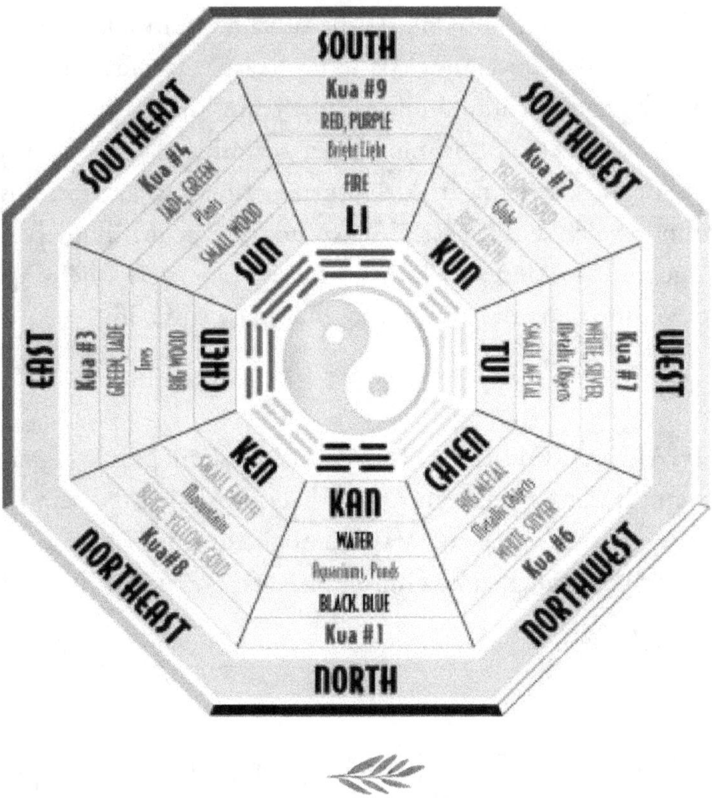

ÞAÐ ERU FJÓRAR HEPPNAR áttir og fjórar óheppnar áttir og þær eru allar mismunandi fyrir hvern einstakling eftir Kua númerinu. Þegar þú gerir breytingar þurfa aðferðirnar sem þú notar til að fjarlægja neikvæða orku ekki að fela í sér vandaðar breytingar. Lausnin felst venjulega í því að skipta um húsgögn, fjarlægja dauðar plöntur og drasl og bæta við táknum eins og grænum plöntum, gosbrunnum og fiskabúrum.

Ýmislegt mun hjálpa þér að laða að þér meiri peninga, bæta ástarlíf þitt og vernda þig gegn heilsuleysi.

ÞAÐ ÆTTI EKKI AÐ HAFA skarpa hluti að utan eða innan sem benda á þig á meðan þú vinnur eða sefur. Skarpar punktar innandyra geta komið frá borðhornum, hillum og beittum hlutum sem hanga af veggjum (skreytt sverð, til dæmis). Utan heimilis eða skrifstofu geta hlutir eins og hús, byggingar, kirkjuturnar, símastaurar, götuljós og rafmagnslínur veitt „eiturörvar". Að vernda þig gegn öllum þessum hlutum gegnir mikilvægu hlutverki við að vera heilbrigður, hamingjusamur og farsæll í viðskiptum þínum og einkalífi.

AÐ VIÐHALDA GÓÐRI CH'I orku bæði á heimili þínu og fyrirtæki er uppspretta friðar og velmegunar. Að hafa of mikla orku sem flæðir hratt er alveg jafn slæmt og að hafa ekki nóg. Allir hlutir þurfa að hafa jafnvægi. Of margir gluggar eða hurðir eru ekki góðar fyrir heimili, né of fáir.

MIKILVÆGUR HLUTI AF því að tryggja gott Feng Shui er rétt túlkun á þáttunum í framleiðsluferlinu þínu. Það eru fimm þættir sem ná yfir níu hluta hússins og eignarinnar. Staðsetning þessara hluta skiptir öllu máli.

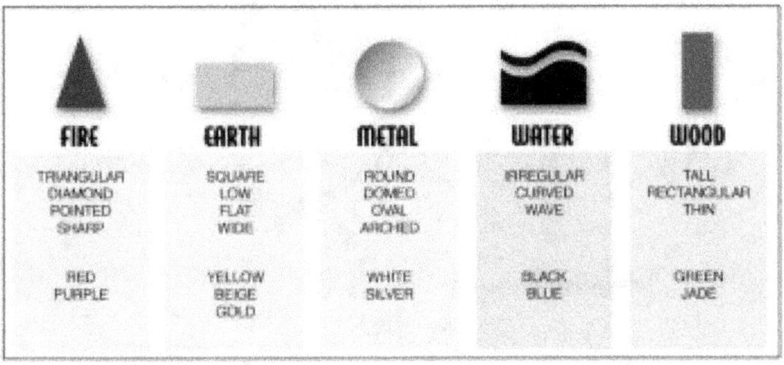

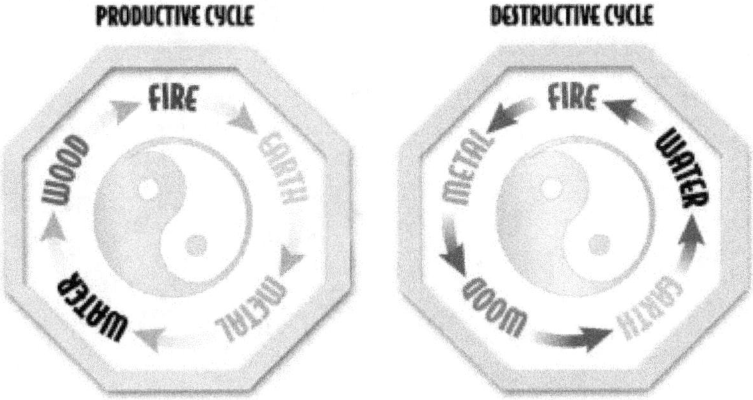

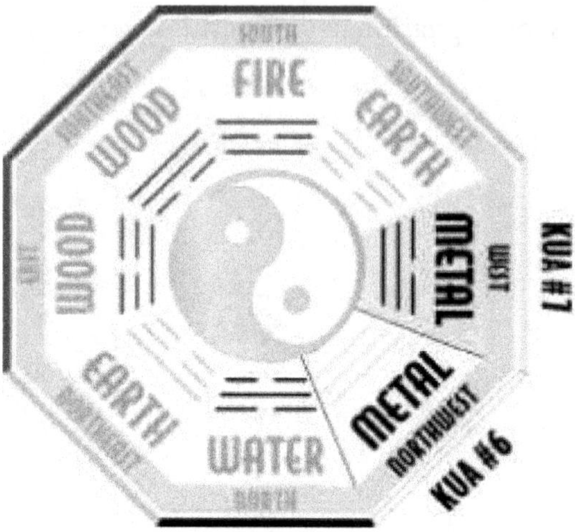
FIRE
EARTH
METAL
WEST
KUA #7
METAL
NORTHWEST
KUA #6
WATER
EARTH
WOOD
WOOD

MÁLMÞÁTTURINN TÁKNAR vesturhlutann og liturinn hvítur. Þetta er líka heilsa barna, líðan þeirra og fjölskyldulíf almennt. Kua talan er sjö. Sjö er af vestrænum hópi fólks. Málmþátturinn táknar einnig norðvesturhlutann. Liturinn er líka hvítur. Þetta er velgjörðarhlutinn og ætti að virkja hann með því að setja myndir af hlutum eða stöðum eða

Fólk sem mun hjálpa þér á leiðinni til að ná árangri.

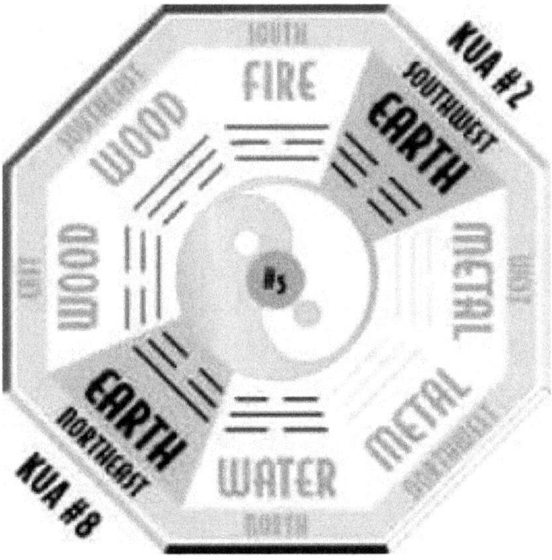

JARÐÞÁTTURINN TÁKNAR miðju hússins og suðvesturhlutana. Miðstöðin nær yfir alla þætti. Suðvesturhlutinn táknar litinn gull, horn hjónabandsins, fjölskylduhamingju og Kua númer tvö af PaKua. Tveir tilheyra Vestur-hópnum. Earth Element táknar einnig norðausturhlutann og liturinn á þessum hluta er gull. Þennan hluta verður að virkja ef þú vilt fá þekkingu eða vilt snúa aftur

Í skólann. Einnig, ef þú vilt að börnin þín fái góða menntun, þá er þetta hlutinn þar sem þú ættir að setja bestu menntunina.

Bækur og myndir frá skólunum sem þú vilt að börnin þín fari í. Kua númerið fyrir þennan hluta er átta.

VATNSÞÁTTURINN TÁKNAR norður. Þessi hluti stjórnar feril og getu til að vinna sér inn peninga. Litir þeirra eru bláir eða svartir. Kua númerið er eitt. Þú verður að virkja þennan hluta ef þú vilt komast áfram í atvinnuheiminum þínum.

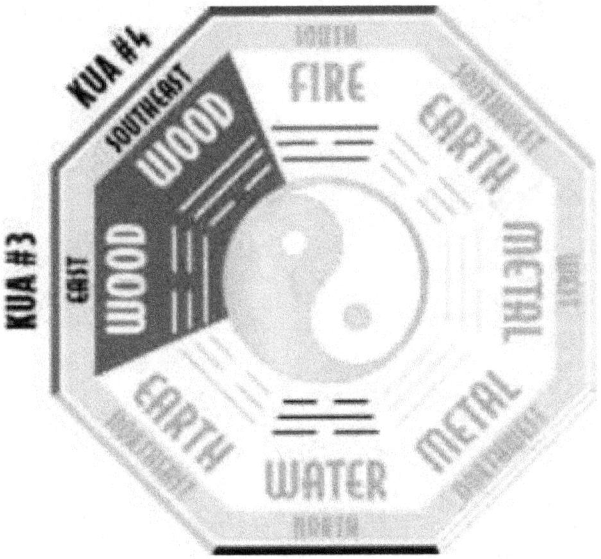

VIÐARÞÁTTURINN TÁKNAR austur. Kua talan er þrjú. Liturinn á þessum hluta er grænn. Það er

Það er líka heilbrigðishlutinn. Ef þú vilt bæta lífsgæði þín ásamt heilsu þinni, þá er þetta hluti sem þú ættir að virkja með grænum plöntum og bambus. Bambus er talinn besti þátturinn til að setja í þessum hluta.

Viðarþátturinn táknar einnig suðaustur. Liturinn er líka grænn eða jade. Þessi hluti táknar auð fjölskyldunnar og peningasparnað. Kua talan er fjögur. Ef þú vilt eiga peninga skaltu virkja þennan hluta með því að setja grænar plöntur, rautt umslag með nokkrum myntum inni í, og þar sem vatnsþátturinn er gagnlegur fyrir viðarþáttinn geturðu líka sett lítinn gosbrunn eða fisk. tankur á þessum stað.

ELDÞÁTTURINN TÁKNAR suðurhlutann. Liturinn fyrir Suðurland er rauður. Það táknar getu þína til að verða frægur. Suður-Kúa númerið er níu. Ef þú vilt vera þekktur og farsæll á þínu sviði skaltu virkja þennan hluta með því að setja hest, skjaldbaka eða fíl (bolinn upp) á þessu svæði. Þú

Þú getur líka sett hnatt í þessum hluta hússins. Hnatturinn sem er settur hér og snúinn af og til mun tryggja að verk þín fari um allan heim.

ÞÚ ÆTTIR ÖRUGGLEGA að setja eitthvað með rauðum lit á þessu svæði hússins. Rauður er öflugur í að laða að hvað sem er og er talinn sterkasti liturinn allra. Allar tegundir rauðra lita, eins og fjólublár, fjólublár og djúpappelsínugulur, eru talin rauður litur. Þú verður að vera varkár hvernig og hvar þú notar liti á heimili þínu. Ef það er notað á röngum stað og þú ert ekki heppinn með sérstaka Kua númerið þitt getur það verið skaðlegt heilsu þinni. Aftur, lykilorðið er jafnvægi.

Jafnvægi liturinn á heimilinu þínu er góður. Ef liturinn þinn er til dæmis gull, geturðu notað mikið af gulli, en þú verður að fara varlega með grænt þar sem sá litur gæti valdið heilsufarsvandamálum. Að þekkja mikilvægi lita og koma jafnvægi á staðsetningu hans er mikilvægast. Ef þú ert slökkviliðsmaður geturðu notað mikið af rauðu á heimili þínu, en of mikið málm eða hvítur litur myndi ekki henta þér. Ef þú ert vatnsmanneskja gætirðu líka haft of mikið hvítt á heimilinu. Grænt og fölblátt væri gott fyrir þig. Grænn er góður og heppinn litur ef þú ert af vatns- eða viðarefninu. Plöntur og vatnsból eru líka góð fyrir viðarþáttinn.

KRISTALLAR ERU GAGNLEGIR fyrir hjónabandið eða rómantíska hlutann, suðvesturhluta heimilisins. Þar af kristalsvanum sem komið er fyrir í hjónabandshlutanum tryggir hamingju í ástarlífi þínu eða hjónabandi.

Skilningur á átta þrígröfunum, sem eru hluti af PaKua, getur gefið þér dýrmætar upplýsingar til að bæta líf þitt. Merking þríritanna virðist flókin í fyrstu, en þau geta gefið dýrmætar vísbendingar til að hjálpa jafnvægi og laða að þér hlutina.

SAMANBURÐUR Á KOMPASINN, PAKUA, TÖLDAFORGIÐ OG 24 STEININGAR LOPANINNAR TIL AÐ SÝNA TENGSLIN Á MILLI ÞEIRRA

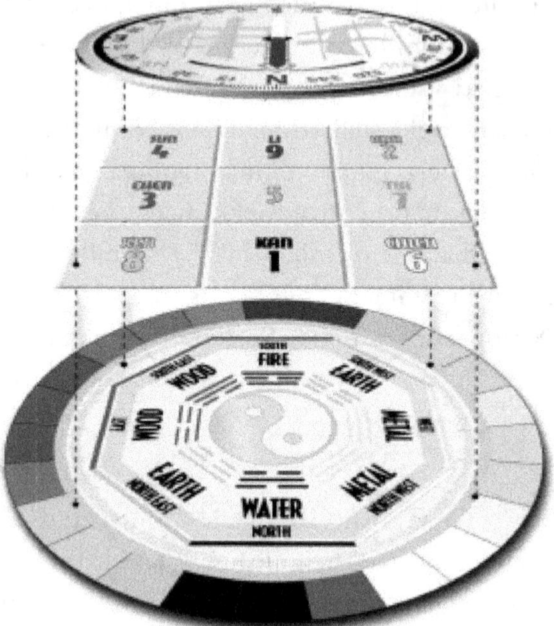

ÞEGAR ÞÚ FERÐ DÝPRA inn í I Ching finnurðu að það eru 64 þrígrömm eða sexþættir. Átta þrígrömm PaKua samanstanda af 64 hexagröfunum. Þegar þú hefur ákveðið hvaða hluta af lífi þínu þú þarft að vinna við, farðu í vinnuna og virkjaðu þann hluta hússins, notaðu úrræði eins og skær ljós, spegla, kristalla, lifandi plöntur, fersk blóm, gosbrunnur, fiskabúr, vindklukkur, gongs o.fl. steinar. , styttur og viftur.

Heilbrigðar grænar plöntur í auð- og heilsuhlutanum og fersk blóm í hjónabandshlutanum munu auka ástarlífið þitt. Blóm eru einnig gagnleg fyrir hjónabandshlutann, sem og grænar og blómstrandi plöntur fyrir auð- og heilsuhlutana.

Vertu viss um að halda öllum plöntum og blómum ferskum og lifandi. Ekki geyma þurrar eða dauðar plöntur í kringum húsið. Þeir skapa neikvæða orku, koma með óheppni og slæma heilsu.

NOTKUN PAKUA Í EINSTAKUM HERBERGUM HÚSINS.

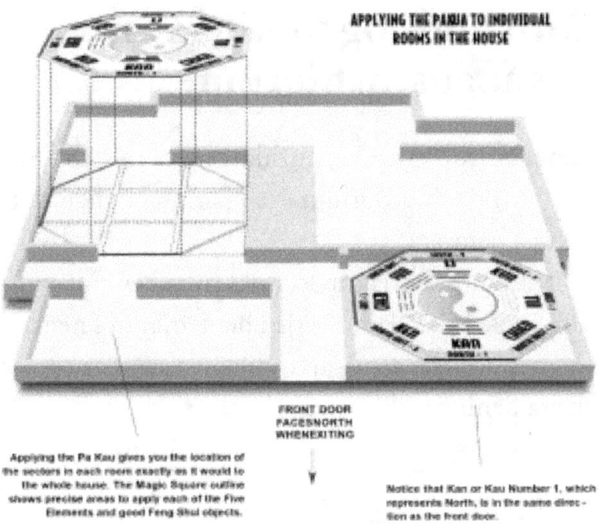

Horn auðs og peninga er suðausturhlutinn.

Auð- eða peningahornið er suðausturhluti herbergis eða húss. Þú ættir líka að virkja norðurhlutann þar sem hann táknar ferilhlutann sem býr til peninga.

Þú getur sett lítið rautt umslag með nokkrum peningamyntum í suðausturhlutanum. Enga kristalla má setja í þennan hluta nema það sé sítrín. Kristallar eru heppnir á suðausturlandi nema sítrín.

Citrine mun bæta peningaorku þína.

ÞAR SEM ÞESSI HLUTI táknar viðarþáttinn munu blómlegu grænu plönturnar sem eru settar hér einnig auka möguleika þína á að auka tekjur þínar. Að nota norðurhluta vatnsins í suðausturhlutanum þínum í formi fiskabúra eða lítilla vatnslinda mun einnig vekja heppni með fjármálin.

Það eru mismunandi formúlur og aðferðir til að bæta lífs- og vinnuskilyrði. Óháð því hvaða aðferðum er beitt gefa öll tákn sömu niðurstöður.

Suðausturhlutinn er mikilvægastur til að virkja þegar þú vilt bæta fjárhagsstöðu þína. Viðarþátturinn á heima á þessu svæði, svo taktu með þér gróskumiklu plöntu. Gakktu úr skugga um að þetta svæði sé fyllt með björtu ljósi.

Í húsinu mínu hef ég komið fyrir á þessu svæði lítinn Wells Fargo banka sem einhver gaf mér. Bankinn er fullur af myntum. Þar sem vatn er gagnlegt fyrir viðarþáttinn mun lítill gosbrunnur eða fiskabúr sem er settur hér koma með meiri peninga.

Málm ætti aldrei að setja á þessu svæði nema fyrir nokkra mynt í rauðu umslagi.

Feng Shui til að bæta ástarlífið.

Feng Shui getur bætt ástar- eða hjónalíf þitt. Ef ástarlífið þitt er óvirkt muntu sjá breytingu á heppni þinni þegar þessi hluti hússins er virkjaður.

Ef þér finnst eins og hjónabandið þitt þurfi að endurvekja, þá er þetta öruggt horn til að komast í vinnuna og virkja strax. Hlutinn sem ræður hjónabandi og rómantík er suðvesturhornið á heimili þínu. Einnig er hægt að virkja suðvesturhorn hvers herbergis með því að setja fersk blóm þar. Ef þú getur ekki sett út fersk blóm vikulega á heimilinu, duga gervi- eða silkiblóm.) Þú munt komast að því að fersk blóm veita miklu betri orku.

Aldrei, aldrei nota þurrkuð blóm eða hafa deyjandi blóm eða plöntur í kring. Dauð eða deyjandi blóm hafa mjög neikvæð áhrif hvar sem þeim er komið fyrir.

Kaktusar, eða stingandi eða stungandi plöntur, geta valdið deilum milli fjölskyldumeðlima. Gróðursælar plöntur með stórum blöðum sem eru settar í kringum húsið gefa góða orku, en passið að setja ekki of mikið grænt í þetta horn. Þetta horn er úr jörðinni og plöntur (sem teljast viður) eru ekki í eðli sínu gagnlegur þáttur.

Að setja nokkra álftir úr gleri eða mandarínuöndum eða nokkrum af hverju sem er í þessum hluta mun virkja ást eða

Rómantík. Kristall er aðalþátturinn í suðvesturhlutanum, svo

Allt úr gleri væri betra.

Baðherbergi ættu aldrei að vera staðsett í þessum hluta hússins.

Settu spegil á hurðina og hafðu hurðina alltaf lokaða með klósettsetuna niðri.

EF ÞÚ KEMST AÐ ÞVÍ að þú hefur verið hamingjusamur í hjónabandi þínu þar til þú flytur á nýjan stað, þá er Feng Shui á nýja staðnum líklega ekki eins gott og það gamla.

Spegla ætti aldrei að vera í svefnherberginu við hliðina á rúminu, við rætur rúmsins eða fyrir ofan rúmið. Að hafa spegil sem endurspeglar rúmið er öruggur vísbending um vandamál milli para. Spegla ætti að vera í búningsklefanum eða baðherberginu, ekki í svefnherberginu.

Vatn er skaðlegt fyrir hjónabandshornið. Þar sem þátturinn fyrir hjónabandshlutann er jörð, er vatn versti þátturinn til að setja hér. Að hafa vatn hægra megin við útidyrnar þínar þegar þú snýrð að utan er annað merki um hjónabandsvandamál. Vinstri hlið hurðarinnar er stundum heppin að hafa vatn við hlið útidyranna, en aðeins ef útidyrnar snúa í norður, austur eða suðaustur. Þetta er úr viðarelementinu og vatn er gagnlegt fyrir viðinn. Norður er stefna vatnsþáttarins, þannig að staðsetningin á þessum kafla er heppin. Vatnið sem sett er í vesturhluta hússins er mjög óheppilegt.

Það er mjög mikilvægt að koma hlutum fyrir á heimilinu þannig að þú eigir ánægjulegt heimilislíf. Einu sinni var ég að ráðfæra mig við hjón sem voru að ganga í gegnum skilnað. Eiginmaðurinn hafði beðið um skilnað. Þegar hann var í burtu í vikulangri viðskiptaferð hringdi hún í mig til að gera Feng Shui. Í horni hjónabandsins var þessi hluti með stórum ferhyrndum bjálka. Við hyljum færsluna með mynd af pari á göngu á grænum velli. Í sumum húsum vantar þennan hluta hússins eins og stundum er um hús með óvenjuleg lögun. Í svefnherberginu hans var mikið rugl sem við hreinsuðum upp. Baðherbergishurðin var alltaf skilin eftir opin. Við lokum baðherbergishurðinni og lækkum salernisljósið.

Þegar eiginmaðurinn kom aftur sagði hann skjólstæðingi mínum að hann hefði skipt um skoðun og vildi ekki skilnað. Það var fyrir fjórum árum og þeir eru mjög ánægðir enn þann dag í dag. Svo þú sérð hversu öflugt Feng Shui er og hversu hratt það getur virkað.

Heilsu- og fjölskylduhornið - Austurland

Vegna þróaðra (og stundum of þróaðra) svæða sem við búum á núna, er mikilvægara en nokkru sinni fyrr að innleiða meginreglur Feng Shui í umhverfi okkar svo að við getum haft góða heilsu.

Ekki alls fyrir löngu bjuggu flestir í sveit nálægt náttúrunni, sem er gott frá Feng Shui sjónarhóli. Flestir eru nú borgarbúar vegna þess að þurfa að vera nálægt vinnu sinni.

Í þessum nýja heimi nútímatækni er þetta líka að breytast. Sífellt fleiri tengjast og vinna við tölvur sínar í gegnum netið sem gerir þeim kleift að vinna heiman frá sér á landinu. Þetta mun næstum örugglega framleiða heilbrigðari einstaklinga. Við höfum næstum gleymt hversu mikilvæg útsetning fyrir náttúrunni er fyrir heilsu okkar og vellíðan. Feng Shui er áminning um að gefa gaum að þeim endurlífgandi áhrifum sem náttúran hefur á okkar innra sjálf. Feng shui kennir okkur að ákveðnir staðir hafa betri orku en aðrir. Að búa nálægt náttúrunni er öruggt merki um betri heilsu, gefur okkur orku, lífskraft og lífsvilja. Þegar Feng Shui meginreglur hafa verið innleiddar, finnst okkur heilbrigð, lifandi og full af orku.

Þegar við búum í borg er nauðsynlegt að virkja umhverfi okkar til að ná heilbrigðum líkama og huga. Ef þú býrð á stað þar sem þú ert alltaf veikur gætirðu verið staðsettur þar sem orkan sem rennur í gegnum æðar jarðar er skaðleg eða ósamrýmanleg orku þinni.

Annar möguleiki með slæma heilsu eða örlög er að búa á stað þar sem „eiturörvum“ er skotið á þig á meðan þú sefur eða vinnur. Eiturörvar eru hvers kyns hvassir, oddhvassir hlutir, þar með talið skörp horn annarra bygginga sem vísa í átt að útidyrunum þínum eða svefnherberginu. Ef þú sefur eða liggur í beinni braut slíkrar orku í langan tíma getur þetta valdið heilsufarsvandamálum að því marki að þú munt ekki geta náð þér.

Þessar eiturörvar geta líka látið þig tapa auði þínum. Að lenda í fjárhagsvandræðum getur einnig stuðlað að slæmri heilsu.

HEILSA OG FJÖLSKYLDA

Í okkar nútíma hversdags, stundum hunsum við hvernig og hvað okkur líður. Ef við veittum líkama okkar athygli myndum við ekki hafa svo mörg heilsufarsvandamál. Ef þú finnur fyrir minni orku, ættirðu kannski að íhuga að gera breytingar á umhverfi þínu, eða jafnvel flytja í nýtt heimili.

Við verðum að hlusta aftur á okkur sjálf og gefa tilfinningum okkar gaum. Ef við höfum ekki heilsuna okkar er lífið ekki þess virði að lifa því. Þegar okkur líður illa getum við ekki notið alls þess sem lífið býður okkur upp á. Þess vegna er afar mikilvægt að búa á stað þar sem þér líður vel.

Svefnherbergið okkar verður að vera loftræst og hafa góða blóðrás. Ef þú ert ekki með góða blóðrás í svefnherberginu þínu skaltu kaupa Vornado viftu og kveikja á henni. Þú heyrir það ekki í gangi og það dreifir lofti fyrir þig á meðan þú sefur.

Að virkja heilsuhlutann getur vissulega hjálpað heilsu þinni. Ef þú ert með heilsufarsvandamál skaltu setja bambusplöntu á austurhlið hússins og passa að hafa þetta rými hreint og snyrtilegt. Þú getur líka keypt lítið útskorið graskál sem kallast "wu lou" og sett það í þennan hluta. Ef þú ert frá landinu skaltu kaupa eitt glas; ef þú ert trémanneskja, vertu viss um að kaupa trémann. Ef þú ert vatnsmanneskja skaltu setja skál með vatni í þennan hluta. Ef þú ert slökkviliðsmaður skaltu setja eitthvað með smá rauðu (ekki of mikið) í þennan hluta til að bæta heilsu þína.

ÉG FÓR EINU SINNI Í ráðgjöf fyrir konu sem var að ganga í gegnum skilnað. Hann hafði nýlega flutt frá heimili sínu þar sem feng shui var slæmt í nýtt heimili með góðu feng shui.

Hann eignaðist þrjú börn og í hvert sinn sem börnin fóru í heimsókn til föður síns sneru þau öll aftur heim til sín veik.

Endurgerð og bygging annarrar hæðar í fyrsta húsinu olli skilnaðinum. Framhlið hurðarinnar opnaðist beint út á stiga sem fór beint upp og á stigapallinum var opinn gluggi. Það þarf varla að taka það fram að öll góða ch'i orkan rann upp stigann og út um gluggann á efri hæðinni.

Eiginmaðurinn var að ganga í gegnum hræðilegan tíma fjárhagslega en samt neitaði hann að hlýða öllum tillögum sem ég bauð til að bæta líf hans. Ég reyndi að hjálpa börnunum og heilsu þeirra. Hann er oftast veikur.

Velunnarar og leiðbeinendur.

Í velunnara- eða leiðbeinendahorninu þínu skaltu setja myndir af hverjum þeim sem getur hjálpað þér að ná markmiðum þínum á þessum hluta heimilisins. Þú getur birt myndir af vinnustaðnum eða vinnuveitendum þínum.

Ef þú vilt vinna á öðrum stað, vinsamlegast taktu mynd og birtu hana hér. Þú getur sett hvaða málm sem er, eins og styttu af einhverjum, á þessu svæði. Hver sem starfsgrein þú ert, mun það auka líkurnar á árangri með því að setja hér myndir af þeim sem þú vilt líkjast eða langar að feta í fótspor þín.

Einu sinni gerði ég Feng Shui fyrir konu sem vildi vinna hjá ákveðnu fyrirtæki. Hann tók nokkrar myndir af fyrirtækinu, setti þær á þetta svæði í húsi sínu. Eftir að hafa fyllt út umsókn var hringt í hana þremur vikum síðar til að vinna hjá þeim.

EF ÞÚ HEFUR ÁHUGA Á að efla menntun þína, eignast börn í skóla eða fara í háskóla, mun það að virkja þennan hluta hjálpa þér að ná markmiðum þínum á þessu sviði.

Ef heimili þitt er nógu stórt til að hafa aukaherbergi fyrir bókasafn, þá er þetta staðurinn til að fara. Ef þú átt ekki herbergið skaltu setja fallega bókaskáp í þennan hluta með góðu lesefni fyrir bæði þig og börnin þín. Fræðslubækurnar sem hér eru settar munu hjálpa til við að tryggja góða menntun fyrir börnin þín.

Að setja myndir af skólunum sem börnin þín vilja fara í í þessum norðausturhluta mun bæta möguleika þína á inngöngu.

EF MÖGULEGT ER ÆTTU svefnherbergi barna þinna að vera staðsett á þessu svæði hússins. Það er líka mikilvægt að sýna heilbrigðar og hamingjusamar myndir af börnum, vinum þeirra og fjölskyldu á þessu svæði. Börn þurfa að finna fyrir öryggi og að hafa fjölskyldumyndir hjálpar til við að auka öryggistilfinningu þeirra.

Þetta er svæði þar sem málmþátturinn ræður ríkjum.

Settu allt úr málmi til að hjálpa til við að virkja heilakraft barna. Málmur inniheldur rafeindabúnað eins og tölvur.

Vertu viss um að bæta björtum litum í barnaherbergin, þar sem það hjálpar einnig við vöxt þeirra. Litur gegnir mikilvægu hlutverki í lífi okkar allra, en sérstaklega í lífi barna. Flestir eru ekki meðvitaðir um mikilvægi lita til að hjálpa börnum að líða vel aðlöguð og hamingjusöm.

Virkjaðu frægðarhlutann þinn til að tryggja velgengni og gnægð.

Feng Shui er mikilvægt til að laða að velgengni og heppni í starfi og viðskiptum. Að virkja frægðarhlutann hjálpar þér að öðlast frægð, hvort sem er í viðskiptaheiminum eða í listum.

Ef þú ert listamaður, rithöfundur eða tónlistarmaður getur það að virkja þennan hluta hjálpað þér að auka líkurnar á viðurkenningu og árangri. Að mála þennan hluta hússins rautt mun vera gagnlegt til að ná árangri og frægð. Að setja hest, skjaldbaka eða fíl á þessu svæði tryggir að þú hafir styrk og kraft til að klára verkefnin þín. Þú getur haft öll þrjú atriðin til að tryggja að þú hafir styrk og ákveðni til að ná árangri.

Haltu þessu svæði vel upplýstu, því bjartara því betra. Ef þú vilt verða frægur skaltu setja hnöttinn á þetta svæði og snúa honum af og til. Allt sem þú þarft að senda mun fara til allra heimshluta.

Látið aldrei vatn renna á þessu svæði, í formi gosbrunnar eða vasks.

Þetta er heldur ekki góð staðsetning fyrir baðherbergi. Ef þú baðar þig á þessu svæði, vertu viss um að þú notir það ekki ef ósk þín er að verða frægur.

Þitt þáttur og sambandið við liti og persónuleg og ástarsambönd.

Að þekkja frumefni þitt mun hjálpa þér að skreyta með því að finna bestu staðsetningu hlutanna og bestu litina svo þú getir náð sátt og almennri vellíðan.

Grænn viður

Ef þér líkar við viðarþætti gætirðu notið góðs af því að nota mikið af grænu, bláu, svörtu og sumum rauðum litum, en enga gula, gullna eða hvíta.

Notaðu plöntur og vatn á heimili þínu, en farðu varlega með staðsetningu þessara þátta. Þeir tilheyra norður-, suður- eða austurhluta heimilis þíns.

RAUÐUR ELDUR

Fólk með eldfrumu getur klæðst mörgum rauðum, grænum og bláum litum, en ekki of miklu hvítu, gulli eða gulu.

Hvítur er skaðlegur litur fyrir frumefnin eld, við eða vatn. Það veldur misskilningi milli fjölskyldu og vina. Það getur líka valdið tekjutapi. Notaðu græna litinn mikið, þar á meðal grænar plöntur, og þú munt sjá aukningu á fjárhagsstöðu þinni. Reyndar, á eftir rauðum, er grænn mikilvægasti liturinn til að nota á heimili þínu. Blár er líka gagnlegur þar sem hann bætir lífsgæði þín með því að skapa samræmdar aðstæður fyrir góð tengsl milli fjölskyldu og vina. Blár er líka góður litur til að laða að maka ef þú ert einhleypur. Ef þú ert með einstæð börn á heimili þínu hjálpar það að laða að þeim heppnu og farsælu hjónabandi.

JÖRÐ – GULL, GULT

Ef þú ert frumefni jarðar gætirðu átt mikið af gulli og gulu á heimili þínu, auk nokkurra brúna og rauða. Forðastu mikið af grænu, bláu eða svörtu, þar sem þessir litir eru slæmir fyrir heilsuna þína. Kristallar og kristalsljósakrónur eru gagnlegar á mismunandi stöðum á heimilinu. Reyndar er ég jarðelement og er með öll herbergin gulmálað, nema einn veggur sem er rauður. Rauður er gagnlegur litur fyrir fólk á jörðinni.

ÞÍN ÞÁTTUR

METAL- HVÍTT

Ef þú ert manneskja með málmþáttum eru hvítir, silfur- og málmlitir litirnir þínir.

Gulur og gull eru líka gagnlegar fyrir frumefni þitt. Notaðu alla þessa liti í skreytinguna þína. Grænn er versti litur sem þú getur haft á heimili þínu ef þú ert málmmanneskja.

VATN – BLÁTT EÐA SVART

Ef þú ert vatnamaður, gætið þess að hafa ekki of mikið af gulu, gulli eða hvítu á heimilinu. Blár og svartur eru heildar litirnir þínir, en þú getur notað græna, bláa og nokkra rauða. Sem vatnsmanneskja, með of marga gyllta eða gula liti, geta alls konar óheppilegir hlutir gerst. Gulur eða gylltur eru verstu litirnir þínir. Grænn er góður litur og heppinn ef þú ert vatns- eða viðarþáttur. Plöntur og vatnslindir eru mjög gagnlegar fyrir viðarþáttinn. Hægt er að setja vatnsþáttinn í norðurhluta hússins eða í suðausturhluta. Settu aldrei vatn í vestur eða suðvestur hluta hússins.

Nokkrar varúðarráðstafanir til að taka tillit til.

SPEGLAR

Speglar eru meðal gagnlegustu úrræðanna, en þeir verða að vera notaðir á réttum stað speglanna.

Notaðu aldrei ferkantaða spegilflísar sem festast við veggina; þær brjóta myndirnar og þykja óhollar.

Aldrei hengja PaKua spegil inni í húsinu þínu. Verður að vera utan á glugga eða hurð til að sveigja eiturörvar. Haltu þeim í burtu frá rúminu þínu og algjörlega út úr svefnherberginu þínu, ef mögulegt er. Haltu þeim í góðu ástandi; ef þeir eru gamlir gæti þurft að húða þá upp á nýtt svo endurspegla myndin sýni ekki galla spegilsins. Aldrei hengja spegla þar sem þeir eru of lágir og munu skera höfuðið af þér eða þú getur ekki séð höfuðið.

ÞURRKÐ BLÓM

Þurrkuð blóm og fyrirkomulag er mjög óhollt að hafa í umhverfi sínu.

Þeir eru dánir og hafa þar af leiðandi þá merkingu hvar sem þeim er komið fyrir. Notaðu fersk blóm (en hafðu vatnið kalt og hentu því þegar það byrjar að visna) eða silkiblóm í staðinn. Ilmandi potpourri eru þurrkuð blóm og ætti ekki að nota á heimilinu.

VATN

Vatn getur verið mjög gagnlegt, en það getur líka verið skaðlegt ef það er sett á vitlaust svæði. Vertu viss um að fylgja ráðunum í þessari bók.

ALLT VATN SEM LEKUR úr blöndunartækjum, niðurföllum, þökum o.s.frv. mun tæma auðlindir þínar. Vatnsvandamál þarf að laga strax þar sem þau eru mjög skaðleg fjárhagslegri heilsu þinni.

LJÓS

Það á alltaf að skipta um útbrunna perur strax, þar sem þær eru mjög skaðlegar fyrir heilbrigðan ch'i.

Það er góð hugmynd að hafa aukaperur við höndina svo að þú sért aldrei „kraftlaus“!

FORFEÐUR OKKAR HÖFÐU náttúrulega tilfinningu fyrir Feng Shui meginreglum, þegar þú skoðar eftirfarandi orðatiltæki:

„Hreinlæti er næst guðrækni“ „Saumur í tíma bjargar níu“ „Engin sóun, enginn skortur“

Finndu Kua fjölda heppni og vellíðan.

Að þekkja Kua númerið þitt er einn mikilvægasti þátturinn til að hjálpa þér að bera kennsl á bestu litina þína og leiðbeiningar. Leiðbeiningar og litir eru mismunandi fyrir hvern einstakling. Það eru fjórir góðir staðir og fjórir slæmir staðir fyrir hvern einstakling. Þegar þú veist Kua númerið þitt fellur allt annað á sinn stað. Kua númerið þitt er hluti af PaKua.

PaKua er áttavitatæki sem notað hefur verið frá fornu fari til að ákvarða staðsetningu hluta fyrir heilsu, sátt og auð. Það er átta hliða átthyrningur sem sýnir átta þrígrömm I Ching og tölurnar á töfraferningnum.

I Ching er elsta bókin sem maðurinn þekkir. Það er mjög mikilvægur hluti af öllu í alheiminum. Það er lykillinn að því að skilja heiminn og allt sem í honum er. I Ching hefur verið þýtt á mörg tungumál og með tímanum og mismunandi tungumálum hefur nokkur af raunverulegri merkingu glatast. Hann hefur hins vegar lifað af. Seinna, eftir að hafa lært allt í þessari litlu bók, geturðu byrjað að læra meira um I Ching. Réttur framburður er E Ching. Ég hef skrifað mikið um I Ching í bókinni minni, "Breyttu lífi þínu með Feng Shui."

Töfraferningurinn er hluti af stærðfræðilegri formúlu sem er þróuð til að hjálpa okkur að skilja alheiminn og öflin sem hafa áhrif á örlög manns. Sagt er að galdratorgið hafi fyrst komið fram fyrir um 4.000 árum. Það sást sem punktar á baki skjaldböku þegar hún kom upp úr Lo ánni og táknar þannig mikilvægi orku skjaldbökunnar.

Galdraferningurinn er rist sem samanstendur af níu tölum sem raðað er þannig að hver hlið er fimmtán, óháð því hvort láréttar, lóðréttar eða skálínur eru notaðar. Hvernig tölunum er raðað í þennan reit er lykillinn að bestu stillingum þeirra.

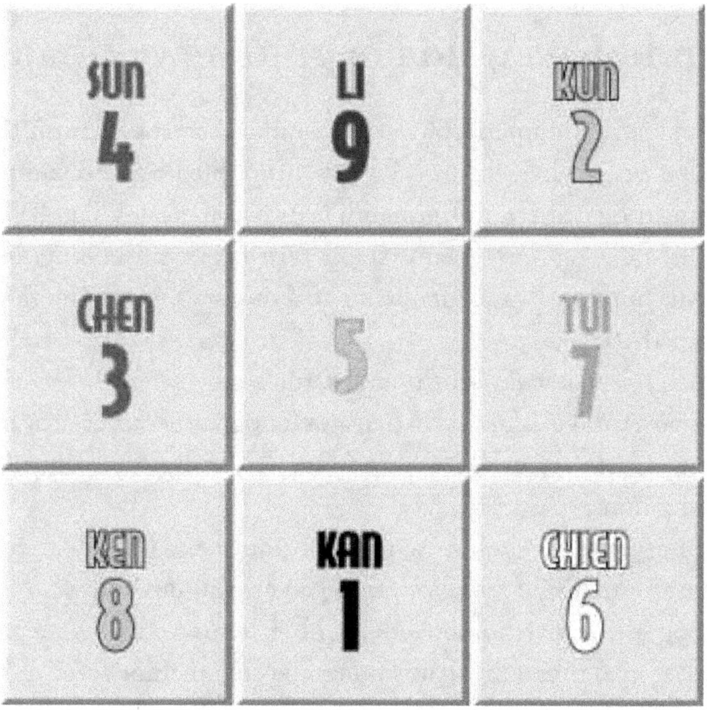

STAÐSETNINGAR ERU HEPPNAR eða óheppnar miðað við sérstaka Kua númerið. Í áttahliða átthyrningnum eru í raun níu tölur, en þar sem talan fimm er miðja, er körlum og konum með þá tölu úthlutað annarri tölu vegna þess að fimm hefur ekki stefnu. Vegna þess að fimm er jörð frumefni og svo eru tölur tvö og átta. Talan Átta Kua er úthlutað konum sem eru fimm ára og númerið Kua Two sem eru fimm ára er úthlutað körlum. Taflan aftast í bókinni sýnir þér greinilega hvaða flokki Kua-talna það tilheyrir.

Þessi tafla inniheldur Kua númerið þitt. (Ef þú fæddist snemma árs, hafðu í huga að þú gætir þurft að breyta fæðingarárinu þínu til að ákvarða Kua númerið þitt, þar sem fæðingardagur þinn gæti fallið fyrir kínverska nýárið. Kínverska nýárið byrjar á mismunandi tímum á hverju ári, alltaf eftir fyrsta nýtt tungl í Vatnsbera á milli 21. janúar og 19. febrúar).

Þegar þú framfarir í Feng Shui þarftu að vita hvaða tveimur hópum þú tilheyrir, vestri eða austur. Þegar þú byrjar að skreyta heimilið þitt með bestu litunum þínum og góðum leiðbeiningum þarftu þessar upplýsingar. Hóparnir tveir með mismunandi stefnur, AUSTUR eða VESTUR, eru taldir upp hér að neðan.

EAST hópurinn inniheldur þessar Kua tölur:

3 Austur

4 Suðaustur

1 norður

9 suður

WEST Group samanstendur af þessum Kua númerum:

2 suðvestur

6 norðvestur

7 vestur

8 Norðaustur*

ÞAÐ ERU LÍKA FIMM ÞÆTTIR sem þarf að hafa í huga: málmur, tré, eldur, jörð og vatn. Hver Kua tala og stefna hefur einnig frumefni. Þú finnur líka hlutinn þinn í töflunni aftast í bókinni. Það er margs að minnast í einu, en reyndu að muna Kua númerið þitt og fylgstu með þegar þú lest þessa bók, því upplýsingarnar sem eru hér eru sérstakar fyrir Kua númerið þitt, heimilisfang, hóp og þátt!

*ÞETTA ER EINA AUSTUR heimilisfangið sem tilheyrir West hópnum.

ÁR BYRJA ENDUR SKILTIÐ KUA Man-Direction Kvenkyns Kua átt

1912 18. febrúar 1912 5. febrúar 1913 vatnsrotta (litur)
(Metallic, White)) 8 norðaustan
(Jörð, Gull)

1913 6. febrúar 1913 25-jan-1914 vatnsnaut 6norðvestur

(málmur, hvítur) 9 suður
(Rauður eldur)
1914 26. janúar 1914 13. febrúar 1915 Viður
Tígrisdýr 2 suðvestur
(Jörð, Gull) 1 norður
(blátt vatn)

1915 14. febrúar 1915 2. febrúar 1916 Tré kanína 4 Suðaustur

(Austur, Grænn) 2 suðvestur
(Jörð, Gull)

1916 3. febrúar 1916 22-jan-1917 Eldur
Halda áfram 3 Austur
(Grænn viður) 3 Austur
(Grænn viður)
1917 23-jan-1917 10. febrúar 1918 Eldur
Snákur 2 suðvestur
(Jörð, Gull) 4 Suðaustur
(Grænn viður)

1918 11. febrúar 1918 31-jan-1919 jarðhestur 1 norður

(blátt vatn) 8norðaustur
(Jörð, Gull)

1919 1. febrúar 1919 19. febrúar 1920 Land
Geit 9 suður
(Rauður eldur) 6 norðvestur
(málmur, hvítur)
1920 20. febrúar-1920 7. febrúar 1921 Málmur
Bogi 8 norðaustan
(Jörð, Gull) 7 vestur
(málmur, hvítur)
1921 8. febrúar 1921 27-jan-1922 Málmur
Hani 7 vestur
(málmur, hvítur) 8 norðaustan
(Jörð, Gull)
1922 28. janúar 1922 15. febrúar 1923 Vatn
Hundur 6 norðvestur
(málmur, hvítur) 9 suður
(Rauður eldur)
1923 16. febrúar 1923 4. febrúar 1924 Vatn
Svínakjöt 2 suðvestur
(Jörð, Gull) 1 norður
(blátt vatn)
1924 5. febrúar 1924 24. janúar 1925 Viður
Rotta 4 Suðaustur
(Jörð, Gull) 2 suðvestur
(Jörð, Gull)

1926 13. febrúar 1926 1. febrúar 1927 Eldur
Tígrisdýr 2 suðvestur
(Jörð, Gull) 4 Suðaustur
(Grænn viður)
1927 2. febrúar 1927 22. janúar 1928 Eldur
Kanína 1 norður
(blátt vatn) 8norðaustur
(Jörð, Gull)
1928 23. janúar 1928 9. febrúar 1929 Land
Halda áfram 9 suður
(Rauður eldur) 2 suðvestur
(Jörð, Gull)
1929 10. febrúar 1929 29-jan-1930 Land
Snákur 8 norðaustan
(málmur, hvítur) 4 Suðaustur
(Grænn viður)
1930 30-jan-1920 16. febrúar 1931 Málmur
Hestur 8 norðaustan
(Jörð, Gull) 7 vestur
(málmur, hvítur)
1931 17. febrúar 1931 5. febrúar 1932 Málmur
Sauðfé 6 norðvestur
(Málmur. Hvítur) 9 suður
(Rauður eldur)

1932 6. febrúar 1932 25. janúar 1933 Vatn
Bogi 2 suðvestur
(Jörð, Gull) 1 norður
(blátt vatn)
1933 26. janúar 1933 13. febrúar 1934 Vatn
Hani 4 Suðaustur
(Grænn viður) tveirsuðvestur
(Jörð, Gull)

1934 14. FEBRÚAR 1934 3. febrúar 1935 Viður
Hundur 3 Austur
(Grænn viður) 3 Austur
(Grænn viður)
1935 4. febrúar 1935 23. janúar 1936 Viður
Svínakjöt 2 suðvestur
(Jörð, Gull) 4 Suðaustur
(Grænn viður)
1936 24. janúar 1936 10. febrúar 1937 Eldur
Rotta 1 norður
(blátt vatn) 8norðaustur
(málmur, hvítur)
1937 11. febrúar 1937 30-jan-1938 Eldur
Uxi 9 suður
(Rauður eldur) 6 norðvestur
(málmur, hvítur)

1938 31-JAN-1938 18. FEBRÚAR 1939 Land
Tígrisdýr 8 norðaustan
(Jörð, Gull) 7 vestur

(málmur, hvítur)
1939 19. febrúar 1939 7. febrúar 1940 Land
Kanína 7 vestur
(málmur, hvítur) 8 norðaustan
(Jörð, Gull)
1940 8. febrúar 1940 26. janúar 1941 Málmur
Halda áfram 6 norðvestur
(málmur, hvítur) 9 suður
(Rauður eldur)

1941
27. janúar 1941
14. febrúar 1942 Málmur 2 Suðvestur 1 Norður
Snake (Jörð, Gull) (Vatn, Blár)
1942 15. febrúar 1942 4. febrúar 1943 Vatn
Hestur 3 Austur
(Grænn viður) tveirsuðvestur
(Jörð, Gull)
1943 5. febrúar 1943 24. janúar 1944 Vatn
Sauðfé 3 Austur
(Grænn viður 3 Austur
(Grænn viður)

1944
25. janúar 1944
12. febrúar 1945 Viður
Bogi 2 suðvestur
(Jörð, Gull 4 Suðaustur
(Grænn viður)

1945 13. febrúar 1945 1. febrúar 1946 Viður
Hani 1 norður
(Blát vatn 8 norðaustan
(Jörð, Gull)
1946 2. febrúar 1946 21. janúar 1947 Eldur
Hundur 9 suður
(Rauður eldur) 6 norðvestur
(málmur, hvítur)

1947 22. JANÚAR 1947 9. febrúar 1948 Eldur
Svínakjöt 8 norðaustan
(Jörð, Gull) 7 vestur
(málmur, hvítur)
1948 10. febrúar 1948 28. janúar 1949 Land
Rotta 7 vestur
(málmur, hvítur) 8 norðaustan
(Jörð, Gull)
1949 29. janúar 1949 16. febrúar 1950 Land
Uxi 6 norðvestur
(málmur, hvítur) 9 suður
(Rauður eldur)
1950 17. febrúar 1950 5. febrúar 1951 Málmur
Tígrisdýr 2 suðvestur
(Jörð, Gull) 1 norður
(blátt vatn)
1951 6. febrúar 1951 26. janúar 1952 Málmur
Kanína 4 Suðaustur
(Grænn viður) tveirsuðvestur
(Jörð, Gull)
1952 27. janúar 1952 13. febrúar 1953 Vatn
Halda áfram 3 Austur

(Grænn viður) 3 Austur
(Grænn viður)

1953 14. FEBRÚAR 1953 2. febrúar 1954 Vatn
Snákur 2 suðvestur
(Jörð, Gull) 4 Suðaustur
(Grænn viður)
1954 3. febrúar 1954 23. janúar 1955 Viður
Hestur 1 norður
(blátt vatn) 8norðaustur
(Jörð, Gull)

1955 24. janúar 1955 11. febrúar 1956 tré kindur 9 suður

(Rauður eldur) 6 norðvestur
(málmur, hvítur)

1956 12. FEBRÚAR 1956 30-jan-1957 Eldur
Bogi 8 norðaustan
(Jörð, Gull) 7 vestur
(málmur, hvítur)

1957 31. JANÚAR 1957 17. febrúar 1958 Eldur
Hani 7 vestur
(málmur, hvítur) 8 norðaustan
(Jörð, Gull)
1958 18. febrúar 1958 7. febrúar 1959 Land
Hundur 6 norðvestur
(málmur, hvítur) 9 suður

(Rauður eldur)
1959 8. febrúar 1959 27. janúar 1960 Land
Svínakjöt 2 suðvestur
(Jörð, Gull) 1 norður
(blátt vatn)
1960 28. janúar 1960 14. febrúar 1961 Málmur
Rotta 4 Suðaustur
(Grænn viður) tveirsuðvestur
(Jörð, Gull)
1961 15. febrúar 1961 4. febrúar 1962 Málmur
Uxi 3 Austur
(Grænn viður) 3 Austur
(Grænn viður)

1962 5. FEBRÚAR 1962 24. janúar 1963 Vatn
Tígrisdýr 2 suðvestur
(Jörð, Gull) 4 Suðaustur
(Grænn viður)
1963 25. janúar 1963 12. febrúar 1964 Vatn
Kanína 1 norður
(blátt vatn) 8norðaustur
(Jörð, Gull)
1964 13. febrúar 1964 1. febrúar 1965 Viður
Halda áfram 9 suður
(Rauður eldur) 6 norðvestur
(málmur, hvítur)
1965 2. febrúar 1965 20. janúar 1966 Viður
Snákur 8 norðaustan
(Jörð, Gull) 7 vestur
(málmur, hvítur)
1966 21. janúar 1966 8. febrúar 1967 Eldur

Hestur 7 vestur
(málmur, hvítur) 8 norðaustan
(Jörð, Gull)

1967 9. febrúar 1967 29. janúar 1968 eld kindur 6 norðvestur

(málmur, hvítur) 9 suður
(Rauður eldur)

1968 30. janúar 1968 16. febrúar 1969 Land
Bogi 2 suðvestur
(Jörð, Gull) 1 norður
(blátt vatn)
1969 17. febrúar 1969 5. febrúar 1970 Land
Hani 4 Suðaustur
(viður, austur) 2 suðvestur
(Land, Vestur)
1970 6. febrúar 1970 26. janúar 1971 Málmur
Hundur 3 Austur
(Grænn viður) 3 Austur
(Grænn viður)
1971 27. janúar 1971 15. janúar 1972 Málmur
Svínakjöt 7 vestur
(málmur, hvítur) 8 norðaustan
(Jörð, Gull)
1972 16. janúar 1972 2. febrúar 1973 Vatn
Rotta 1 norður
(blátt vatn) 8norðaustur
(Jörð, Gull)

1973 3. FEBRÚAR 1973 22. janúar 1974 Vatn
Uxi 9 suður
(Rauður eldur) 6 norðvestur
(málmur, hvítur)

1974 23. JANÚAR 1974 10. febrúar 1975 Viður
Tígrisdýr 8 norðaustan
(Jörð, Gull) 7 vestur

(málmur, hvítur)
1975 11. febrúar 1975 30. janúar 1976 Viður
Kanína 7 vestur
(málmur, hvítur) 8 norðaustan
(Jörð, Gull)
1976 31. janúar 1976 17. febrúar 1977 Eldur
Halda áfram 6 norðvestur
(málmur, hvítur) 9 suður
(Rauður eldur)
1977 18. febrúar 1977 6. febrúar 1978 Eldur
Snákur 2 suðvestur
(Jörð, Gull) 1 norður
(blátt vatn)
1978 7. febrúar 1978 27. janúar 1979 Land
Hestur 4 Suðaustur
(Grænn viður) tveirsuðvestur
(Jörð, Gull)
1979 28. janúar 1979 15. febrúar 1980 Land
Sauðfé 3 Austur
(Grænn viður) 3 Austur
(Grænn viður)

1980 16. FEBRÚAR 1980 4. febrúar 1981 Bogi
Málmur 2 suðvestur
(Jörð, Gull) 4 Suðaustur
(Grænn viður)
1981 5. febrúar 1981 24. janúar 1982 Málmur
Hani 1 norður
(blátt vatn) 8norðaustur
(Jörð, Gull)
1982 25. janúar 1982 12. febrúar 1983 Vatn

Hundur 9 suður
(Rauður eldur) 6 norðvestur
(málmur, hvítur)
1983 13. febrúar 1983 1. febrúar 1984 Málmur
Svínakjöt 8 norðaustan
(Jörð, Gull) 7 vestur
(málmur, hvítur)
1984 2. febrúar 1984 19. febrúar 1985 Viður
Rotta 7 vestur
(málmur, hvítur) 8 norðaustan
(Jörð, Gull)

1985 20. febrúar 1985 8. febrúar 1986 Viður
Uxi 6 norðvestur
(málmur, hvítur) 9 suður
(Rauður eldur)

1986 9. FEBRÚAR 1986 28. janúar 1987 Eldur
Tígrisdýr 2 suðvestur
(Jörð, Gull) 1 norður
(blátt vatn)
1987 29. janúar 1987 16. febrúar 1988 Eldur
Kanína 4 Suðaustur
(Grænn viður) tveirsuðvestur
(Jörð, Gull)
1988 17. febrúar 1988 5. febrúar 1989 Land
Halda áfram 3 Austur
(Grænn viður) 3 Austur
(Grænn viður)

1989 6. FEBRÚAR 1989 26. janúar 1990 Land
Snákur 2 suðvestur
(Jörð, Gull) 4 Suðaustur
(Grænn viður)

1990 27. JANÚAR 1990 14. febrúar 1991 Málmur
Hestur 1 norður
(blátt vatn) 8norðaustur
(Jörð, Gull)
1991 15. febrúar 1991 3. febrúar 1992 Málmur

Sauðfé 9 suður
(Rauður eldur) 6 norðvestur
(málmur, hvítur)

1992 4. FEBRÚAR 1992 22. janúar 1993 Vatn
Bogi 8 norðvestur
(málmur, hvítur) 7 vestur
(málmur, hvítur)
1993 23. janúar 1993 9. febrúar 1994 Vatn
Hani 7 vestur
(málmur, hvítur) 8 norðaustan
(Jörð, Gull)
1994 10. febrúar 1994 30-jan-1995 Viður
Hundur 9 suður
(Rauður eldur) 8 norðaustan
(Jörð, Gull)

NÍTJÁN NÍUTÍU OG FIMM 31-jan-1995 18. febrúar 1996 Viður
Svínakjöt 2 suðvestur
(Jörð, Gull) 1 norður
(blátt vatn)
nítján og níutíu og sex 19. febrúar 1996 7. febrúar 1997 Eldur
Rotta 4 Suðaustur
(Grænn viður) tveirsuðvestur
(Jörð, Gull)
1997 8. febrúar 1997 27. janúar 1998 Eldur
Uxi 3 Austur
(Grænn viður) 3 Austur
(Grænn viður)

1998 28. janúar 1998 15. febrúar 1999 Land
Tígrisdýr 2 suðvestur
(Jörð, Gull) 3 Austur
(Grænn viður)
1999 16. febrúar 1999 4. febrúar 2000 Land
Kanína 1 norður
(blátt vatn) 8norðaustur
(Jörð, Gull)
2000 5. febrúar 2000 23. janúar 2001 Málmur
Halda áfram 1 norður
(blátt vatn) 8norðaustur
(Jörð, Gull)
2001 24. janúar 2001 11. febrúar 2002 Málmur
Snákur 9 suður
(Rauður eldur) 6 norðvestur
(málmur, hvítur)
2002 12. febrúar 2002 31-jan-2003 Vatn
Hestur 8 norðaustan
(Jörð, Gull) 7 vestur
(málmur, hvítur)
2003 1. febrúar 2003 21. janúar 2003 Vatn
Sauðfé 7 vestur
(málmur, hvítur) 8 norðaustan
(Jörð, Gull)

2004 22. JANÚAR 2004 8. febrúar 2005 Viður
Bogi 6 norðvestur
(málmur, hvítur) 9 suður
(Rauður eldur)

2005 9. FEBRÚAR 2005 28. janúar 2006 Viður
Hani tveirsuðvestur
(Jörð, Gull) 1 norður
(blátt vatn)
2006 29. janúar 2006 17. febrúar 2007 Eldur
Hundur 4 Suðaustur
(Grænn viður) tveirsuðvestur
(Jörð, Gull)
2007 18. febrúar 2008 6. febrúar 2008 Eldur
Svínakjöt 3 Austur
(Grænn viður) 3 Austur
(Grænn viður)

www.ingramcontent.com/pod-product-compliance
Lightning Source LLC
LaVergne TN
LVHW051122051026
849532LV00004BB/1641